மால்கம் x
பார்வையில்
அரசியல் இஸ்லாம்

மால்கம் X

பார்வையில்

அரசியல் இஸ்லாம்

அமெரிக்க கறுப்பின புரட்சியாளரின்
விடுதலைக்கான தேடலும் இறையியல் பார்வையும்

S.காஜா குதுப்தீன்

எதிர்
வெளியீடு

மால்கம் X
பார்வையில் அரசியல் இஸ்லாம்
S.காஜா குதுப்தீன்
© S.காஜா குதுப்தீன்

முதல் பதிப்பு: ஜூன் 2024
எதிர் வெளியீடு,
96, நியூ ஸ்கீம் ரோடு, பொள்ளாச்சி – 642002.
தொலைபேசி: 04259 – 226012, 99425 11302.

வடிவமைப்பு: பா. ஜீவமணி

விலை: ரூ. 190

Malcolm X
Parvaiyil Arasiyal Islam
S.Kaja Qutubdeen
© S.Kaja Qutubdeen

First Edition: June 2024
Published by
Ethir Veliyeedu, 96, New Scheme Road. Pollachi – 2.
email: ethirveliyedu@gmail.com
www.ethirveliyeedu.com

Layout: B. Jeevamani

Price: ₹ 190
ISBN: 978-81-19576-65-4

Printed by: Jothy Enterprises, Chennai.

> All rights reserved. No part of this book may be reprinted or reproduced or utilised in any form or by any electronic, mechanical or other means, now known or hereafter invented, including Photocopying and recording, or in any information storage or retrieval system, without permission in writing from the Publisher.

முன்னத்தி ஏர்
எழுத்தாளர் M.S. அப்துல் ஹமீது B.E.
அவர்களுக்கு...

உள்ளடக்கம்

- முன்னுரை:
  ஆயுத அரசியலுக்கும் அரசியல் ஆயுதத்துக்குமிடையில்... 9

1. மால்கம் X பார்வையில் மதம் 13

2. நேஷன் ஆஃப் இஸ்லாம் Vs பாரம்பரிய இஸ்லாம் 30

3. அரசியலற்ற அமைப்பிலிருந்து
   தீவிர அரசியல் இயக்கத்திற்கு... 51

4. அமெரிக்க அரசியல் Vs இஸ்லாமிய நாடுகளின் அரசியல் 98

முன்னுரை

ஆயுத அரசியலுக்கும் அரசியல் ஆயுதத்துக்குமிடையில்...

கல்லூரிப் பேராசிரியர் முதல் கடைத் தெருவை சுத்தம் செய்யும் தூய்மைப் பணியாளர் வரை, யாருடைய அறிவுத் திறனையும் குறைசொல்லாமல் அனைவருக்கும் புரியும் வகையில் உரையாற்றும் மொழியை உபயோகப்படுத்தினார் மால்கம் X.

– ஜான் ஹென்றிக் கிளார்க்,
ஆஃப்ரிக்க அமெரிக்க வரலாற்றாய்வாளர்

இஸ்லாம் என்பதை ஒரு வாழ்வியல் நெறி என கூறும்போது, ஆன்மிகம் முதல் ஆட்சி அதிகாரம் வரை அனைத்தையும் உள்ளடக்கிய மார்க்கம் என்பதே அதன் உள்ளார்ந்த அர்த்தமாகும். முதல் உலகப் போருக்குப் பின், முஸ்லிம்களுக்கான உலகு தழுவிய தலைமை என்பது மெல்லக் கரைந்து, அந்தந்த தேச அரசியலுக்குள் முஸ்லிம்களின் தலைமை சுருக்கப்பட்டது.

இதனால், கிலாஃபத் வீழ்ச்சிக்குப் பின் 'அரசியலில் இஸ்லாம்' என்ற சிந்தனை உருவெடுத்து, அந்தக் கருத்தியல் வலுப்பெற்றது. மறுபுறம் முஸ்லிம்கள் பெரும்பான்மையாக வாழும் நாடுகளிலும், முஸ்லிம் ஆட்சியாளர்களைக் கொண்ட நாடுகளிலும் மேற்கத்திய சாயலில் அரசியல் சாசனங்கள் இயற்றப்பட்டு அமல்படுத்தப்பட்டன. இதனை எதிர்த்து இஸ்லாத்தை ஆட்சி நெறியாக அறிவிக்க வேண்டும் என்ற குரல்கள் வலுப்பெற்றன.

தேச அரசுகள் நிலை பெற்று, அதுதான் இனி நீடித்த நடைமுறை என்றாகி விட்ட பின்பும் அரசியல் இஸ்லாம் என்ற சிந்தனை மார்க்க அறிஞர்கள் மத்தியிலும், இஸ்லாமிய சிந்தனையாளர்கள் மத்தியிலும் பேசுபொருளாகவே இருந்து வருகிறது. இந்தப் பின்னணியிலேயே, பனிப்போர் காலகட்டம் உச்சத்தில் இருந்த போது, அமெரிக்க மண்ணில் இஸ்லாமிய அழைப்புடன், அந்தத் தேசத்தை தீவிரமாக எதிர்த்த மால்கம் x-ன் பார்வையில், 'அரசியலில் இஸ்லாம்' என்ன வடிவம் எடுத்தது என்பதை இந்த நூலில் விளக்க முயன்றிருக்கிறேன்.

மால்கம் x வரலாற்றை 'என் புரட்சி' என்ற பெயரில் (இலக்கியச்சோலை பதிப்பகம்) Bio Fiction-ஆக எழுதும் போது ஆய்ந்துணர்ந்த அவரது சிந்தனை, போராட்ட முறைகள், அமெரிக்க அரசியல் – சமூக – பொருளாதார சூழல், இன அடிப்படையில் ஒடுக்கப்பட்ட கறுப்பர்களின் வாழ்வியல் ஆகியன மீதான என்னுடைய அவதானத்தை, 'மால்கம் x அறிமுகமும் அரசியலும்' என்ற தலைப்பில் (எதிர் வெளியீடு) எழுதினேன். ஒடுக்கப்படும் சமூகங்களின் போராட்ட முறைகளை வரையறுப்பதற்கும் ஒழுங்குபடுத்துவதற்குமான வழிகாட்டல்களை மால்கமின் வரலாற்றினூடாக அந்த நூலில் தொகுத்திருந்தேன்.

இந்தியாவில் மதச் சிறுபான்மையாக வாழும் முஸ்லிம்களுக்கு மத்தியில், தமிழக முஸ்லிம்களிடம் போராட்ட திருவுருவாக மால்கம் x அறியப்படுகிறார். அமெரிக்காவில் இனச் சிறுபான்மையினராக கறுப்பர்கள் இருப்பதைப் போல, இந்தியாவில் முஸ்லிம்கள் மதச் சிறுபான்மையினராக வாழ்ந்து வரும் சூழலில், மால்கம் x-ன் போராட்ட அனுபவங்கள் அவர்களுக்கு பயன்படலாம் என்ற எதிர்பார்ப்பில் இந்த ஆக்கத்தை தொகுத்திருக்கிறேன். மால்கம் x பற்றிய விரிவான ஓர் ஆய்வு நூலை உருவாக்கும் முயற்சியில் கிளைத்து உருவான இரண்டாவது நூல் இது.

வன்முறையின் சின்னமாக மால்கம் x அறியப்படும் நிலையில், அகிம்சையின் சின்னமாக அறியப்படும் மார்ட்டின் லூதர் கிங்கோடு அவர் எந்தப் புள்ளியில் இணைந்தார்; கிங் கிறிஸ்தவத்தை பிரதிநிதித்துவப்படுத்த, தன்னுடைய போராட்டப் பாதையில் மால்கம் x, இஸ்லாத்திற்கு என்ன பாத்திரம் வழங்கினார் ஆகியன பற்றி நூலில் ஆராயப்பட்டுள்ளது. பனிப்போர் காலத்தில் முஸ்லிம் நாடுகள் இரு துருவங்களாக பிரிந்து

கிடந்த நிலையில், முஸ்லிம் நாடுகளுடனான மால்கமின் உறவையும் ஆராய்கிறது இந்த நூல்.

சாய்வெழுத்துக்களில் உள்ளவை மால்கம் X-ன் உரைகள், விவாதங்களில் இருந்து எடுத்தாளப்பட்டுள்ளது. மால்கம் X-ன் பேச்சுகளின் குறிப்பிட்ட பகுதியை ஒரு அத்தியாயத்தில் குறிப்பிட்டுவிட்டு, இன்னொரு அத்தியாயத்தில் அதையே தேவை கருதி மீண்டும் குறிப்பிட்டிருக்கிறேன்.

வாசகர்களிடமிருந்து ஆக்கப்பூர்வமான ஆலோசனைகளையும் அறிவுப்பூர்வமான விமர்சனங்களையும் எதிர்பார்க்கிறேன்...

மே 19, 2024

எஸ்.காஜா குதுப்தீன்
writerqutub@gmail.com
+91 95000 75795

1
மால்கம் X பார்வையில் மதம்

> கறுப்பர்களின் சுதந்திரம் மற்றும் உரிமைகள் குறித்து
> பேசாத மதம் தவறான மதம் ஆகும்.
> – மால்கம் X

கொடுங்கனவாக மதம்

அமெரிக்காவில் பெரும்பான்மை மக்களின் மத நம்பிக்கை கிறிஸ்தவம் தான். 21 ஆம் நூற்றாண்டில் கூட இனவெறி தலைவிரித்தாடும் வல்லரசு நாடான அமெரிக்காவில், கறுப்பர்களும் வெள்ளையர்களும் எவ்வித மாச்சரியமுமின்றி வழிபடும் ஒரே மதம் கிறிஸ்தவம் தான். இதில் மட்டும் இன வேறுபாடு கிடையாது. ஆனால் வழிபாட்டுத் தலங்களில் இனவேறுபாடு கடைபிடிக்கப்படுவது இப்போதும் தொடர்கிறது. கறுப்பர்களுக்கென தனி தேவாலயம் என்பது இப்போதும் அங்கு நடைமுறையில் உள்ளது.

'அமெரிக்காவில் மிக மிக மோசமாக இனப்பாகுபாடு காட்டப்படும் நேரம்' என பிரபலமான சொல் வழக்கு ஒன்று உள்ளது. ஞாயிற்றுக்கிழமை காலை 11 மணிதான் அந்த நேரம். வாரந்தோறும் அந்த நேரத்தில் வெள்ளை கிறிஸ்தவர்கள் கறுப்பின தேவாலயங்களுக்கோ, கறுப்பின கிறிஸ்தவர்கள் வெள்ளை தேவாலயங்களுக்கோ மறந்தும் சென்று விடமாட்டார்கள். குறிப்பாக வெள்ளையர்கள் வழிபடும் தேவாலயங்களில் கறுப்பர்கள் சென்று இயேசு கிறிஸ்துவை வழிபட்டு விடமுடியாது. அவரும் கிறிஸ்தவர்தான் என்றாலும்,

அவர் கறுப்பராயிற்றே, வெள்ளையர் வழிபாட்டுத் தலத்தில் நுழைந்து விட முடியுமா என்ன?

மத நம்பிக்கை, பண்பாட்டு பழக்க வழக்கங்கள், அதன் வழியாக உருப்பெறும் சிந்தனை, அந்தச் சிந்தனையை ஒட்டிய வாழ்க்கை முறை என ஒரு மனிதனின் மதம் சார்ந்த அனைத்து நடவடிக்கைகளும் குடும்பம் என்ற அடிப்படை அலகிலிருந்தே பரிணமிக்கிறது. அந்த வகையில் தீவிரமான கிறிஸ்தவ மத நம்பிக்கை கொண்ட குடும்பத்தில் பிறந்தவர்தான் மால்கம் லிட்டில் (மே 19, 1925).

அவருடைய தந்தை ஏர்ல் லிட்டில் கிறிஸ்தவ மதப் பிரச்சாரகர். ஆனால் சொந்தமாக தேவாலயத்தை நடத்தி, அதன் வழியாக மதப் பிரச்சாரம் செய்யவில்லை. பிற தேவாலயங்களுக்குச் சென்று போதனை வழங்கி வந்தார். வருவாய்க்கான ஒரே வழி தேவாலயங்களில் மதபோதனை செய்வதுதான் என்றாலும், தன்னுடைய கருத்தியல் பரவலுக்கான ஒரு வழிமுறையாகவே, அதனைப் பயன்படுத்திக் கொண்டார். கிறிஸ்தவ மத போதனையை தன்னுடைய அரசியல் நோக்கங்களுக்கே பயன்படுத்திக் கொண்டார். மார்கஸ் கார்வே என்ற கறுப்பினப் போராளியின் சர்வதேச கறுப்பர் முன்னேற்ற சங்கத்தில் (Universal Negro Improvement Association-UNIA) மால்கமின் தந்தை தீவிரமாக செயல்பட்டு வந்தார். அமெரிக்க வெள்ளையர்களின் இனவெறியிலிருந்து கறுப்பர்களுக்கு விடுதலை கிடைக்க வேண்டுமென்றால், கறுப்பர்கள் மீண்டும் தங்கள் தாயகமான ஆஃப்ரிக்காவுக்கே திரும்பிச் செல்ல வேண்டும் என்ற கொள்கையோடு செயல்பட்டது UNIA அமைப்பு. உலகம் முழுவதும் பரந்து விரிந்து வாழ்ந்து வரும் கறுப்பர்கள், தாயகமான ஆஃப்ரிக்காவுக்கு திரும்ப வேண்டுமென்பதுதான் சர்வதேச கறுப்பர் முன்னேற்ற சங்கத்தின் மையக் குறிக்கோளாக இருந்தது. பல்வேறு நாடுகளில் இந்த அமைப்புக்கு கிளைகள் இருந்தன.

கறுப்பர்களின் தேவாலயங்களில் வழிபாடு நடத்துவதற்காகச் செல்லும் போது பல நேரங்களில் சிறுவன் மால்கமை தன்னோடு அழைத்துச் சென்றிருக்கிறார் தந்தை ஏர்ல் லிட்டில். தேவாலயங்களில் மதபோதனையில் ஈடுபடும் போது குதூகலகமாவும் கோணங்கித்தனமாகவும் குதித்து குதித்து பிரசங்கம் செய்யும் தன்னுடைய தந்தை, ரகசியமாக

ஏற்பாடு செய்யப்பட்ட UNIA இயக்க அமர்வுகளில் அரசியல் செயற்பாட்டாளரின் தீவிரத் தன்மையோடு கவனமுடன் பேசுவதையும் செயல்படுவதையும் சிறுவயதிலேயே மால்கம் அவதானித்திருக்கிறார். இந்தத் தாக்கமே பின்னாளில் மால்கமின் அரசியல் செயல்பாடுகளுக்கு பொறியாக இருந்திருக்க வேண்டும். சிறுவயதில் மால்கமுக்கு கிறிஸ்தவ மதம் மீது சொல்லிக் கொள்ளும் அளவுக்கு நம்பிக்கையோ பிடிப்போ இருந்ததில்லை.

தீவிர அரசியல் செயல்பாடுகளே தந்தை ஏர்ல் லிட்டின் உயிரைப் பறித்தது. மால்கமின் குடும்பம் மிச்சிகன் மாகாணத்தில் உள்ள லேன்சிங் பகுதியில் வசித்து வந்த போது, ஏர்ல் லிட்டில், அங்குள்ள கறுப்பர்களை ஒன்று திரட்டுவதை அறிந்த வெள்ளை இனவெறியர்கள் அச்சத்தில் உறைந்தனர். வெள்ளையர்களை பயம் கொள்ளச் செய்த கறுப்பர் என அவரை அந்தப் பகுதி கறுப்பர்கள் பெருமையாகப் பாராட்டினர். சரியான தருணம் பார்த்து காத்துக் கொண்டிருந்த வெள்ளை இனவெறியர்கள் அவரை அடித்தே கொன்றனர். உடலை சாலையில் வீசிவிட்டு, சாலை விபத்தில் அவர் இறந்தது போலவோ தற்கொலை செய்து கொண்டது போலவோ வழக்கை முடித்து விட்டனர்.

மால்கமின் தந்தை ஒரு மதபோதகராக இருந்த போதிலும், அவரின் இறுதிச் சடங்கை நடத்த லேன்சிங் நகரிலிருந்த எந்தத் தேவாலயமும் முன்வரவில்லை. வெள்ளை இனவெறியர்களால் ஏர்ல் லிட்டில் கொல்லப்பட்ட தகவலால் தேவாலய நிர்வாகிகள் அச்சமடைந்தனர். இடுகாட்டில் வைத்துத்தான் அவரின் இறுதிச் சடங்கு நடைபெற்றது. இதுவும்கூட மதம் தொடர்பான நம்பிக்கையில் எதிர்மறையான எண்ணத்தை மால்கமிடம் விதைத்தது.

தந்தையைப் போலவே மால்கமின் தாயார் லூயிஸா லிட்டிலும் தீவிர அரசியல் செயல்பாட்டாளர்தான். கணவர் ஏர்ல் லிட்டிலை விட கூடுதலாக கல்வி கற்றிருந்த லூயிஸா லிட்டில் ஓர் எழுத்தாளரும்கூட. கறுப்பர் முன்னேற்ற சங்க பத்திரிகைக்கு அவர் பங்களிப்பு செய்து வந்தார். வில்ஃப்ரட், ஹில்டா, பில்ஃபர்ட் மூவரும் மூத்தவர்கள். அடுத்ததாக மால்கம் லிட்டில். ரெஜினால்ட், வெஸ்லி, ஈவான் ஆகிய மூவரும் இளையவர்கள் என ஏழு குழந்தைகளை வைத்துக் கொண்டு கணவர் இறந்த பிறகு திணறினார் மால்கமின் தாயார்.

அந்தச் சமயத்தில் அட்வெண்டிஸ்ட் மதப் பிரிவுடன் மால்கமின் குடும்பம் நெருங்கிய தொடர்பு கொண்டிருந்தது. அமெரிக்காவில் கிறிஸ்தவத்தின் வெவ்வேறு மதப் பிரிவுகளை தனித்தனி மதமாகப் பார்க்கும் வழக்கம் இருந்தது. விரைவில் உலகம் அழியப் போகிறது என்ற நம்பிக்கை கொண்ட அட்வெண்டிஸ்ட் மதப் பிரிவினர், உணவு விஷயத்தில் மிகுந்த கட்டுப்பாட்டை பின்பற்றி வந்தனர். பன்றி இறைச்சியை அவர்கள் உண்பதில்லை. இந்தப் பிரிவில் பெரும்பான்மையாக வெள்ளையர்கள் இருந்தாலும், மற்ற மதப் பிரிவு வெள்ளையர்களுடன் ஒப்பிடுகையில், இவர்கள் கறுப்பர்களிடம் குறைவாகவே பாகுபாடு காட்டினர். இந்த அம்சங்களெல்லாம் சிறு வயது மால்கமைக் கவரவுமில்லை, மதத்தின் மீது ஈடுபாடு வரவுமில்லை. வறுமையினால் பசிக் கொடுமையை உணர்ந்த அந்தக் குடும்பத்திற்கு, அட்வெண்டிஸ்ட் மதப் பிரிவு தேவாலயங்களில் வழங்கப்பட்ட உணவு, அவர்களின் வாழ்வாதாரப் பிரச்சினைக்கு அந்த நேரத்தில் தீர்வை கொடுத்தது. இந்த அளவில்தான் சிறு வயது மால்கமின் அட்வெண்டிஸ்ட் மதப் பிரிவுடனான தொடர்பு இருந்தது.

UNIA அமைப்புச் செயல்பாடுகளில் மிகுந்த ஈடுபாடு காட்டி வந்த லூயிஸா லிட்டில், கணவர் மர்மமான முறையில் கொல்லப்பட்டு இறந்த நிலையில், தீவிரமாக இயக்கப் பணியாற்ற வாய்ப்பிருப்பதாக சந்தேகித்த வெள்ளை ஆதிக்கவாதிகள், அவர் மனநலம் பாதிக்கப்பட்டிருப்பதாக அக்கம் பக்கத்தில் ஒரு தகவலைக் கசிய விட்டு, ஒரு சில நாட்களில் அவரை மனநலக் காப்பகத்தில் சேர்த்தனர். அதன் பின்பு மால்கமின் குடும்பம் சிதறியது. மால்கமின் சகோதரர்கள் பணக்காரர்களின் பராமரிப்பில் வளர்வதற்கு வெள்ளை நீதிபதிகள் உத்தரவிட்டனர். மால்கமின் மூத்த சகோதரர் வில்ஃபிரட்டும், அக்கா ஹில்டாவும் பெரியவர்கள் என்பதால் அவர்கள் மட்டும் விலக்கு பெற்று, லேன்சிங் நகரில் உள்ள அவர்களுக்குச் சொந்தமான வீட்டில் வசித்துக் கொள்ள நீதிபதிகள் அனுமதித்தனர்.

நீதிமன்ற மேற்பார்வையில் கறுப்பினக் குடும்பம் ஒன்றால் வளர்க்கப்பட்ட மால்கம் படிப்பில் கெட்டிக்காரராக, வெள்ளையின மாணவர்களே பெருமிதத்தோடு வகுப்புத் தலைவனாக தேர்ந்தெடுக்கும் வகையில் கல்வியில் சிறந்து விளங்கினார்.

ஆனால், வெள்ளையின ஆசிரியர் ஒருவர், 'ஒரு கறுப்பனுக்கு எந்த அளவுக்கு படிப்பு தேவையோ அந்த அளவுக்கு படித்தால் போதும்' என வெறுப்பைக் கக்க, படிப்பைக் கைவிட்டார் மால்கம். பின்னர் மிக இளம் வயதிலேயே ரவுடியாக தெருவில் சுற்றித் திரிந்து குடி நோயாளியாகி, அடியாளாக, போதைப் பொருள் விற்பவராக, விபச்சாரத் தரகராக உருமாறி குற்றச் செயல்களின் உறைவிடமானார். தேடப்படும் குற்றவாளியாக உயிருக்குப் பயந்து தலைமறைவாகி, இறுதியில் வயிற்றுப் பிழைப்புக்கு வீடுகளில் திருடி போலீஸில் சிக்கி, 21 வயதில் சிறைக் கொட்டடிக்குள் புகுந்தார். சிறைக்குள் தள்ளப்பட்டார் என்றுதான் சொல்ல வேண்டும். சுகபோகமாக வாழ விரும்பிய கறுப்பர்களின் அரவணைப்பில் சொக்கிக் கிடந்த சில வெள்ளைப் பெண்களுடன் இணைந்து திருட்டுக் குற்றங்களில் ஈடுபட்டதாலேயே சிறைத் தண்டனை வழங்கப்பட்டது. வெள்ளைப் பெண்களுடன் பழகியதற்காகத்தான் அந்தத் தண்டனை, திருடியதற்காக அல்ல.

பெருங்கனவாக மதம்

வயதுக்கு மீறிய அனுபவங்களைப் பெற்று சுதந்திரப் பறவையாகச் சுற்றித் திரிந்த மால்கம் லிட்டில், மிக மிக இளம் பருவத்தில் காராக்கிருகத்தில் அடைக்கப்பட்டார். சிறைக் கைதியாக எண்களைக் கொண்டு அழைப்பது தன்னுடைய தன்மானத்துக்கு விடப்பட்ட சவால் என குமுறிய மால்கம் சிறையிலேயே கலகக் குரலை உயர்த்தத் தொடங்கினார்.

சிறைக்கு வெளியே இருந்த அவருடைய சகோதரர்கள், அப்போது அமெரிக்காவில் கறுப்பர்கள் மத்தியில் வளர்ந்து வந்த 'நேஷன் ஆஃப் இஸ்லாம்' *(Nation Of Islam)* என்ற அமைப்பில் இணைந்து, அந்த இயக்கத்தின் வளர்ச்சிக்கு பணியாற்றி வந்தனர், தந்தையைப் போலவே...

சகோதர சகோதரிகள் மூலம் நேஷன் ஆஃப் இஸ்லாம் அமைப்பின் போதனைகள் மால்கமுக்கு அறிமுகமாகியது. எலிஜா முஹம்மது என்பவரின் தலைமையில் பரபரப்பாக இயங்கி வந்த, அந்த அமைப்பின் அடிப்படைக் கோட்பாடு, வெள்ளையர்கள் அனைவரும் இறைவனின் எதிரிகள், பிசாசுகள்

என்பதே. மால்கமின் இதயத்தில் உறைந்து கிடந்த வெள்ளையின வெறுப்பை இந்தக் கோட்பாடு உசுப்பி விட்டது. தன்னுடைய சிறு வயதில் தந்தையைக் கொன்றவர்கள், தாயை மனநல காப்பகத்துக்கு அனுப்பியவர்கள், கறுப்பனுக்கு எதுக்கு படிப்பு என கேட்ட வகுப்பாசிரியர் என ஒவ்வொரு பிசாசாக மால்கமின் மனக்கண் முன்பாக வந்து கெக்கலித்தனர். இப்படி தன்னுடைய வாழ்க்கையில் ஒவ்வொரு தருணத்திலும் எதிர்ப்பட்ட அத்தனை பிசாசுகளையும் நினைவுக்கு கொண்டு வந்து, நேஷன் ஆஃப் இஸ்லாம் அமைப்பு சொல்லும் சித்தாந்தத்தில் நியாயம் கண்டார் மால்கம்.

இளம் வயதிலேயே கறுப்பின இளைஞர்களை குற்றச் செயல்களில் தள்ளிவிடும் வெள்ளைச் சமூகமும் அந்தச் சமூகம் பரந்து விரிந்து கிடக்கும் அமெரிக்காவுமே மால்கமுக்கு இப்போது எதிரியாக தெரிந்தனர். நேஷன் ஆஃப் இஸ்லாம் அமைப்பின் கொள்கையும் அதுதான். கறுப்பர்களின் பூர்வீகம் ஆஃப்ரிக்கா, அதனால் அமெரிக்காவில் வசிக்கும் கறுப்பர்கள் அந்நாட்டை தாயகமாக ஏற்றுக் கொள்ள முடியாது, கறுப்பர்கள் மிகுதியாக வசிக்கும் பகுதிகளை ஒன்றிணைத்து அமெரிக்காவுக்குள்ளேயே கறுப்பர்களுக்கு தனி நாடு வேண்டும் என அந்த அமைப்பு பிரச்சாரம் செய்து வந்தது. கறுப்பர்களுக்கான தனி தேசக் கோரிக்கையும் நேஷன் ஆஃப் இஸ்லாம் அமைப்பின் பால் மால்கமை உந்தித் தள்ளியது.

சிறையில் இருந்தபடியே நேஷன் ஆஃப் இஸ்லாம் அமைப்பில் இணைந்து, இஸ்லாமிய மார்க்கத்தை வாழ்க்கை நெறியாக ஏற்றுக் கொண்ட மால்கம், சிறுவயதில் தடைப்பட்ட ஆரம்பக் கல்வியைத் தொடர்வதிலும் புத்தகங்கள் வாசிப்பதிலும் தீவிர ஆர்வம் காட்டினார். நேஷன் ஆஃப் இஸ்லாம் போதித்த சித்தாந்தத்திற்கான ஆதாரங்களையும் தரவுகளையும் தேடித் தேடி வாசித்த அவர், அமெரிக்க கறுப்பர்களின் அடிமைத்தனத்திற்கு அடிப்படைக் காரணம் கிறிஸ்தவ மதம்தான் என்பதை காத்திரமாக அறிந்து கொண்டார். 1952 ஆம் ஆண்டு ஆகஸ்ட் 7 ஆம் தேதி தன்னுடைய 27 வயதில் சிறையிலிருந்து வெளியே வந்த மால்கம் லிட்டில், நேஷன் ஆஃப் இஸ்லாம் அமைப்பின் வழக்கப்படி, தன்னுடைய பெயரோடு இணைந்த வெள்ளையரின் பெயரை நீக்கி விட்டு *X* என்ற எழுத்தை

இணைத்துக் கொண்டார். நேஷன் ஆஃப் இஸ்லாம் அமைப்பின் தளகர்த்தராக, அடுத்த 12 ஆண்டுகள் அமெரிக்க கறுப்பர்களின் உரிமைகளுக்காக, இனப்பாகுபாட்டுக்கு எதிராக அதிதீவிர சொற்பொழிவாளராகவும் வெள்ளையின எதிர்ப்பாளராகவும் மூர்க்கமாகக் களமாடினார்.

கிறிஸ்தவ மதமே அமெரிக்காவில் இனப்பாகுபாடு தொடர்வதை ஊக்குவிப்பதாக, ஆதாரங்களுடன் நிலைநிறுத்துவதையே தன்னுடைய உரைகளின் மையமாக வைத்திருந்தார் மால்கம். அதேசமயம் இயேசு கிறிஸ்து ஒருபோதும் இனப்பாகுபாட்டை ஆதரிக்கவில்லை என்பதை அவருடைய உபநியாசங்களைக் கொண்டே நிரூபித்து கிறிஸ்தவ மதபோதகர்களை திணறடித்தார்.

அகிம்சை (Non Violence), ஒன்றிணைதல் (Integration) - இந்த இரண்டு அடிப்படைகளின் மீதே அப்போது கறுப்பர்களுக்காக போராடி வந்த குடியுரிமை அமைப்புகள் (Civil Right Movements) கட்டமைக்கப்பட்டிருந்தன. அதாவது வெள்ளையர்களின் அடக்குமுறைகளையும் அடாவடித்தனங்களையும் கொலை வெறித் தாக்குதல்களையும் வாழ்வாதாரங்களை நிர்மூலமாக்குவதையும் சகித்துக் கொண்டு, எதிர்த்து திமிறாமல் ஒரு கன்னத்தில் அறைந்தால் மறு கன்னத்தைக் காட்ட வேண்டுமென கறுப்பர்கள் பயிற்றுவிக்கப்பட்டனர். அதேபோல இனப்பாகுபாடு காட்டும் வெள்ளையர்களிடமிருந்து ஒதுங்கி வாழ்வதற்குப் பதிலாக, அதனைச் சகித்துக் கொண்டு வெள்ளையர்களுடன் இணங்கி ‘ஒன்றிணைந்து’ வாழ்வதற்கான சாத்தியக்கூறுகளை நோக்கி கறுப்பர்கள் நகர வேண்டும் என்றும் பயிற்றுவிக்கப்பட்டனர்.

அகிம்சை, ஒன்றிணைதல் - இந்த இரண்டு அடிப்படைகளின் மீது கட்டமைக்கப்பட்ட சேரிகளில் வாழ்ந்த கறுப்பர்கள் கோழைகளாக, மாற்றத்தை நோக்கி முன்னேறாமல், தற்போதைய நிலையை தக்க வைத்து வாழ்ந்து, நரகத்தை அனுபவித்து விட்டு, இறப்புக்குப் பின் சொர்க்கத்தில் சுகமாக வாழலாம் என குருட்டு நம்பிக்கை வைத்தனர். இந்த நம்பிக்கையை கறுப்பர்களின் உள்ளத்தில் ஆழப் பதியச் செய்தது கிறிஸ்தவ மதம்தான். இதனை நடைமுறை உதாரணங்களோடு கூறி கறுப்பர்களின் சிந்தனையை உசுப்பி விட்டார் மால்கம். அவநம்பிக்கையோடு அவலங்களைச் சகித்துக் கொண்டு

வாழ்ந்து வந்த கறுப்பர்களுக்கு, பைபிள் வசனங்களையே ஆதாரமாகக் கூறி, நம்பிக்கை அளிக்கும் வகையில் தீர்வை நோக்கி கறுப்பர்களை சிந்திக்கத் தூண்டினார்.

எல்டர் சாலமன் லைட்ஃபுட் மிஷாவ் (Elder Solomon Lightfoot Michaux) என்பவர் அமெரிக்காவில் பிரபலமாக அறியப்பட்ட கிறிஸ்தவ மதபோதகர். வானொலி, தொலைக்காட்சிகளில் மதப் பிரச்சாரம் செய்து, பல்வேறு நகரங்களில் தேவாலயங்களை நிறுவி, சாதாரண அமெரிக்க குடிமகன் முதல் அந்நாட்டு அதிபர் வரை, கிறிஸ்துவின் ராஜ்ஜியம் குறித்த அகப்பார்வையை விசாலாமாக்கி வந்தார். 1961 ஆம் ஆண்டு ஜூன் 16 ஆம் தேதி, நியூயார்க் நகரில் உள்ள இவரின் தேவாலயத்தில், நேஷன் ஆஃப் இஸ்லாம் அமைப்பின் பிரதிநிதியாக பங்கேற்று, மால்கம் X ஆற்றிய உரையின் வழியாக, அவரின் கிறிஸ்தவ மத அறிவையும் கறுப்பர்களின் விடுதலைக்கு அவர் காட்டிய திசைவழியையும் அறிய முடியும்.

> *இறைத்தூதர் மோசஸ் நான்காயிரம் ஆண்டுகளுக்கு முன்பு போதித்ததையே நாங்கள் இப்போது செய்கிறோம். பைபிளில் என்ன சொல்லப்பட்டுள்ளது? நான்காயிரம் ஆண்டுகளுக்கு முன்பு, ஃபாரோ மன்னனின் சமூகத்தில் அடிமைகளாக இருந்தவர்களின் நிலைகளைப் போலத்தான், நானூறு ஆண்டுகளாக அமெரிக்காவில் கறுப்பர்களின் நிலை உள்ளது. அந்த அடிமைகளிடம் இருந்தே உதித்த இறைத்தூதர் மோசஸ் என்ன செய்தார்? அடிமைப்படுத்துபவர்களின் மதத்தையும் கடவுளையும் பின்பற்றுவதற்கு பதிலாக, இறைத்தூதர்கள் ஆபிரஹாமின் இறைவன், இறைத்தூதர் ஜேக்கப்பின் இறைவன், அவர்களின் மூதாதையர்களின் இறைவன் பக்கம் திரும்புமாறு மோசஸ் போதனை செய்தார்.*
>
> *இறைத்தூதர் மோசஸ் வழிப்பட்ட, இறைத்தூதர் ஆபிரஹாம் வழிப்பட்ட அதே இறைவனைத்தான் நாங்களும் வழிபடுகிறோம்.*

அமெரிக்காவில் பெரும்பாலோனோர், அந்தக் காலக்கட்டத்தில் இஸ்லாமிய மதம் குறித்து ஒன்றுமே அறியாதவர்களாக இருந்தனர் அல்லது தவறான புரிதலோடு இருந்தனர். அதனால்,

இஸ்லாத்தின் அடிப்படையை பைபிள் வசனங்களைக் கொண்டே புரிய வைத்தார்.

கண்ணுக்கு கண், பல்லுக்குப் பல் என மோசசுக்கு போதித்த அந்த இறைவன் மீதே நாங்கள் நம்பிக்கை வைத்துள்ளோம். ஒரு கன்னத்தில் அறைந்தால் மறு கன்னத்தைக் காட்டு என கறுப்பனுக்கு போதித்து விட்டு, வெள்ளையனுக்கு அப்படிப் போதிக்காத கடவுள் மீது நாங்கள் நம்பிக்கை வைக்கவில்லை.

கறுப்பர்கள் அடிமைத்தளையிலிருந்து விடுதலையடைந்து விடக்கூடாது என்பதற்காக அமைதியையும் அகிம்சையையும் போதிக்கும் சித்தாந்தத்தின் மீது நாங்கள் நம்பிக்கை வைக்கவில்லை. எத்தகைய வழிமுறைகளை மேற்கொண்டும், அடிமைத்தளையிலிருந்து விடுதலை பெற போதிக்கும் சித்தாந்தத்தின் மீதே நாங்கள் நம்பிக்கை கொண்டிருக்கிறோம்.

அல்லாஹ்...

இறைத்தூதர் மோசஸ் இறைவனை, 'அல்லாஹ்' என்றே அழைத்தார். இறைத்தூதர் ஆபிரஹாம் இறைவனை, 'அல்லாஹ்' என்றே அழைத்தார். இறைத்தூதர்கள் நோவாவும், லூத்-தும் 'அல்லாஹ்' என்றே அழைத்தனர்.

அல்லாஹ் அல்லாஹ் லாமா சபக்தானி என்றே இயேசுவும் அழைத்தார் (Allah Allah lama Sabachthani). இயேசு பேசிய மொழியை அறிந்தவர்கள், அவர் கடவுளை 'அல்லாஹ்' என்றே அழைத்தார் என்பதை புரிந்து கொள்ள முடியும். அப்போது அவர் போதித்த மார்க்கமும், 'இஸ்லாம்' என்றே அழைக்கப்பட்டது.

அமெரிக்க தேசத்தில் இஸ்லாத்தைப் பின்பற்றும் கறுப்பின முஸ்லிம்கள் ஏதோ புதியதொரு இறைக் கொள்கையை பின்பற்றவில்லை. ஆபிரஹாமிய மதத்தின் நீட்சியே இஸ்லாம் மதம் என்பதையும் பைபிள் வசனங்களைக் கொண்டே புரிய வைத்தார்.

இறைத்தூதர் இயேசு ஆங்கிலம் பேசியதே கிடையாது. அனைத்து வல்லமையும் மாட்சிமையும் பொருந்திய சக்தியை

அவர் 'GOD' என அழைக்கவில்லை. ஏனெனில் 'GOD' என்பது ஆங்கிலச் சொல்லாகும்.

தற்போது ஆங்கிலம் பேசி வரும் மக்களின் மூதாதையர்கள் இரண்டாயிரம் ஆண்டுகளுக்கு முன்பு ஆங்கிலம் பேசியிருக்க வாய்ப்பில்லை. ஐரோப்பாவில் குகைகளிலும் மலைக் குன்றுகளிலும் வசித்த மக்கள் நான்கு கால்களில் நடந்து கொண்டு பேசக்கூட தெரியாமல் இருந்தவர்கள்தானே?

இறைத்தூதர் இயேசு, தான் போதித்த மார்க்கத்தை 'இஸ்லாம்' என்றே அழைத்தார். இறைவனை 'அல்லாஹ்' என்றே அழைத்தார். ஆனால் நமக்கு எப்படி போதிக்கப்படுகிறது?

இறைத்தூதர் இயேசு தன் சீடர்களைப் பார்க்கும் போது, 'Peace be unto You' என்று வரவேற்றதாக பைபிள் குறிப்பிடுகிறது. அவருக்கு ஆங்கிலம் தெரியாத போது எப்படி இப்படி அழைத்திருக்க முடியும்?

உண்மையில் அவர் தன் தோழர்களைப் பார்த்து, 'அஸ்ஸலாமு அலைக்கும்' - உங்கள் மீது இறைவனின் சாந்தியும் சமாதானமும் உண்டாகட்டும் என்றே முகமன் கூறியிருக்கிறார். அதற்கு அவர்களும் பதிலுக்கு 'வ அலைக்குமுஸ் ஸலாம்' - 'தங்கள் மீதும் அவ்வாறு உண்டாகட்டும்' என்றே பதில் அளித்திருக்கின்றனர்.

இயேசு தன்னைப் பின்பற்றிய சமூகத்தினரை, 'முஸ்லிம் சமூகம்' என்றே அவர் பேசிய மொழியில் அடையாளப்படுத்தியிருக்கிறார். இறைவனுக்கு முற்றிலும் அடிபணிந்த சமூகம்தான் முஸ்லிம் சமூகம். ஒரு கன்னத்தில் அறைந்தால் மறு கன்னத்தை காட்டுமாறு தன் சமூகத்தினரை அவர் ஒரு போதும் பணிக்கவில்லை.

இறைத்தூதர் இயேசு பின்பற்றிய அதே இஸ்லாமிய மார்க்கத்தை பின்பற்றும் நாங்கள் அமைதியையே விரும்புகிறோம். அதேசமயம், யாராவது எங்களைத் தாக்கினால், தற்காப்புக்காகத் திருப்பித் தாக்க எங்கள் மார்க்கம் எங்களுக்கு கற்றுத்தருகிறது.

அடக்குமுறையை கட்டவிழ்த்து விடுபவனின் மதத்தை பின்பற்றுவதற்குப் பதிலாக, ஒடுக்குமுறையிலிருந்து விடுதலையை அளிக்கும் சித்தாந்தத்திற்கே முகம் கொடுக்க வேண்டும் என்பதை, அடிமை *Vs* எஜமான் என்ற உரையாடல் வழியாக இயேசுவின் வார்த்தைகளைக் கொண்டே மால்கம் அறிவுறுத்தினார். அமெரிக்க சமூகத்தில் கறுப்பர்களுக்கு மட்டும் போதிக்கப்படும், 'ஒரு கன்னத்தில் அறைந்தால் மறு கன்னத்தைக் காட்டச் சொல்லும்' அகிம்சையை இயேசு கிறிஸ்து போதிக்கவில்லை என்பதையும் அவரின் வார்த்தைகளைக் கொண்டே புரிய வைத்தார்.

அதேபோல, கறுப்பர்களை மிக மிக மோசமாக நடத்துவதை இறைவன் மன்னித்து விடுவான் என்றும் கறுப்பர்களை ஒடுக்குவதற்காக இறைத்தண்டனை எதுவும் தங்களை அணுகாது என்றும் வெள்ளையர்கள் நம்பி வந்தனர்.

> *வேதாகமத்தின் பழைய ஏற்பாட்டில் என்ன சொல்லப்பட்டுள்ளது? ஆபிரஹாமை நோக்கி இறைவன்,*
>
> *உன் சந்ததியார் தங்களுடையதல்லாத அந்நிய தேசத்திலே பரதேசிகளாயிருந்து, அத்தேசத்தாரைச் சேவிப்பார்கள் என்றும், அவர்களால் நானூறு வருஷம் உபத்திரவப்படுவார்கள் என்றும், நீ நிச்சயமாய் அறியக்கடவாய்.*
>
> *இவர்கள் சேவிக்கும் ஜாதிகளை நான் நியாயந் தீர்ப்பேன்; பின்பு மிகுந்த பொருள்களுடனே புறப்பட்டு வருவார்கள்.*
>
> *எகிப்தியர்களை அடிமைப்படுத்தியதற்காக ஃபாரோ மன்னனை இறைவன் கண்டிக்கிறான். பாபிலோனியர்களை அடிமைப்படுத்தியதற்காக நெபுக்த்நஸர் மன்னனை இறைவன் கண்டிக்கிறான். ஆனால், இந்த மன்னர்களை விட மிக மிக மோசமாக அமெரிக்க கறுப்பர்களை அடிமைப்படுத்தி கொடுமைப்படுத்தி வரும் வெள்ளையர்களை மட்டும் இறைவன் மன்னித்து விடுவான் என எதிர்பார்க்கிறீர்களா? இது தவறான புரிதல் இல்லையா?*

வெள்ளையர்களின் குரூரங்களை இயேசு கிறிஸ்து மன்னித்து விடுவார் என்றே 'ஒன்றிணைதல்' கொள்கையில் பிடிவாதமாக

இருந்த கறுப்பர்களும் நம்பினர். வேத வரிகளை நினைவுகூர்ந்து இதனையும் அவர் கண்டிக்கத் தவறவில்லை.

கிறிஸ்தவ மத அங்கீகாரத்தோடு இனப்பாகுபாடு காட்டி வரும் நிலையில், இனவெறியோடு கறுப்பர்கள் மீது அடக்குமுறையை ஏவி விடும் நிலையில் எப்படி வெள்ளையர்களோடு 'ஒன்றிணைந்து' வாழ முடியும்? அதனால்தான் நேஷன் ஆஃப் இஸ்லாம் அமைப்பு கறுப்பர்களுக்கென தனி தேசத்தை முன் வைத்து இயக்கம் நடத்தி வந்தது.

அபிசீனியன் பாப்திஸ்ட் தேவாலயத்தில் (ஜூன் 1, 1963) உரையாற்றிய மால்கம், 'ஒன்றிணைதல்' கொள்கையை நோக்கி ஓடும் கறுப்பினத் தலைவர்களிடம் கறுப்பர்களின் மனவெழுச்சியை முன்னிறுத்தி கேள்விகளை அடுக்கினார்:

> அமெரிக்காவில் வாழும் கறுப்பர்கள், இங்கு நடைமுறையில் உள்ள இனப்பாகுபாட்டுக்கு எதிராக வெளிப்படையாக கிளர்ந்தெழுந்துள்ளார்கள். இந்த எழுச்சி 'ஒன்றிணைதலை' நோக்கி திரும்புமா? அல்லது முழுமையான பிரிவினையை நோக்கி திரும்புமா?
>
> விழிப்புணர்வு பெற்ற கறுப்பர்களின் இந்தத் திரட்சி தங்களை அடிமைப்படுத்திய வெள்ளையர்களிடம் 'ஒன்றிணைதலை' வேண்டுமா? அல்லது விழிப்புணர்வு பெற்று உண்மையிலேயே புரட்சிகரமாக திரண்டுள்ள இந்தக் கறுப்பினம், தம்மை அடிமைப்படுத்திய போலியான வெள்ளைச் சமூகத்திலிருந்து முற்றிலும் தம்மை துண்டித்துக் கொள்ளுமா?
>
> இந்தக் கேள்விகள் உங்களுடைய மனதிலும் என்னுடைய மனதிலும் சில சிந்தனைகளை உசுப்பி விடும் என நினைக்கிறேன்.

கடந்த நானூறு ஆண்டுகளாக நம்முடைய ரத்தத்தை உறிஞ்சிக் கொழுத்த வெள்ளை ஓநாய்களின் சமூகம், இப்போதும் ரத்த வெறியோடு அலையும் போது, அந்த ஓநாய் சமூகத்தோடு தங்களை 'ஒன்றிணைத்துக்' கொள்ள, பாவப்பட்ட கறுப்பு

ஆடுகள் ஒப்புக் கொள்ளும் என எப்படி எதிர்பார்க்கிறார்கள் இந்த *So Called* கறுப்பின தலைவர்கள்?

அல்லது தங்களை தவறாக வழிநடத்தும் 'மேய்ப்பர்களான' வெள்ளையர்களின் கையாளான நீக்ரோ தலைவர்களுக்கு எதிராகவும் இந்த பாவப்பட்ட கறுப்பு ஆடுகள் கிளர்ந்தெழுமா? ஓநாய்களின் குகையிலேயே தஞ்சம் அடைவதற்கு பதிலாக ஓநாய்களின் குகையை விட்டே வெளியேறுமா?

கடந்த நான்கு நூற்றாண்டுகளாக வெள்ளையர்களின் அடக்கு முறைகளைக் கண்டு மனம் வெதும்பி, அமெரிக்க அரசின் மீது நம்பிக்கை இழந்த கறுப்பர்கள் கிளர்ந்தெழவே வாய்ப்புள்ள எதார்த்தத்தை கறுப்பின தலைவர்கள் புரிந்து கொள்ள வேண்டும் என்ற அம்புகளை கேள்வி வடிவில் அவர்களை நோக்கி எறிந்தார். இந்தக் கேள்விகளில் பொதிந்துள்ள நியாயங்களை மதநம்பிக்கையோடு தொடர்புபடுத்தி சிந்திக்க வேண்டுமென தேவாலயத்தில் அமர்ந்திருந்த கிறிஸ்தவர்களை கேட்டுக் கொண்டார்.

> *நாம் இப்போது தேவாலயத்தில் அமர்ந்திருக்கிறோம். பைபிளில் என்ன சொல்லப்பட்டுள்ளது என்பதை அறிய வேண்டும். கடவுள் தற்போது வந்தால், அவர் வெள்ளாடுகளையும் செம்மறியாடுகளையும்கூட ஒன்றிணைக்க விரும்பமாட்டார். எனும் போது, ஓநாய்களோடு எப்படி அவர்களை சேர்ந்து வாழச் சொல்ல முடியும்?*

இனவெறியில் ஊறித் திளைத்த வெள்ளையர்களோடு கறுப்பர்கள் 'ஒன்றிணைந்து' வாழ முடியாது என்பதை கறுப்பர்கள் உணர்ந்து கொண்டதால்தான், கறுப்பர்களிடம் வெள்ளையர்களுக்கு எதிரான கோபம் கொழுந்து விட்டு எரிவதாகவும், அதற்கு நேசன் ஆஃப் இஸ்லாம் இயக்கம் தந்த எழுச்சிக் கோட்பாடுகளே காரணம் என்பதையும் ஆழமாகப் பதிவு செய்ய விரும்பிய மால்கம் அதே கூட்டத்தில் இப்படிப் பேசினார்:

> *கறுப்பர்களின் திரட்சி 'ஒன்றிணைதலை'யும் (Desegregation) விரும்பவில்லை. பிரித்து வைப்பதையும் (Segregation) விரும்பவில்லை. நாங்கள் தனித்து செல்வதையே (Seperation) விரும்புகிறோம். வெள்ளையர்களை விட்டே பிரிந்து*

செல்வதையே விரும்புகிறோம். இதுதான் இன்றைய நிலையில் இனப்பிரச்சினைக்கு ஒரே தீர்வும் இறுதித் தீர்வும் என்கிறார் எங்கள் மதத் தலைவரும் வழிகாட்டியுமான எலிஜா முஹம்மது.

நியூயார்க்கில் அப்போது பிரபலமாக அறியப்பட்ட WBAI வானொலி நிலையம் ஏற்பாடு செய்திருந்த நிகழ்வொன்றில் நெறியாளர் ஜான் டொனால்ட் உடனான விவாதத்தில் மதம் தொடர்பான தன்னுடைய நிலைப்பாட்டை தெளிவாக விளக்குகிறார் மால்கம்.

மால்கம் X: மரியாதைக்குரிய எலிஜா முஹம்மதுவின் பணிகள் குறித்து, கறுப்பர்களிடம் ஏற்பட்டுள்ள ஒழுக்க ரீதியான முன்னேற்றம் குறித்து டைம் பத்திரிகை சிலாகித்து எழுதியிருப்பதை நீங்கள் படித்திருப்பீர்கள். அதேபோல *U.S.News & World Report* பத்திரிகையும் எலிஜா முஹம்மதுவின் பொருளாதார தற்சார்பு முயற்சிகளை பாராட்டியுள்ளது. கறுப்பின தலைவர்கள் பேசக்கூடிய அதே தேசியவாதத்தைத்தான் எலிஜா முஹம்மதுவும் போதிக்கிறார். ஆனால் வழிமுறைதான் வேறு. எங்கள் தலைவர் அரசியல்வாதி அல்ல. அவர் மத அடிப்படையில் கறுப்பர்களுக்கு தனிநாடு வேண்டும் என தேசியவாதத்தை முன் நிறுத்துகிறார். இது பைபிளில் குறிப்பிடப்பட்டுள்ளதுதான்!

நெறியாளர்: அமெரிக்காவில் தனி நாடு கோருவதற்கு இதுதான் முக்கிய காரணமா?

மால்கம் X: ஆமாம்... அமெரிக்காவில்... அமெரிக்காவில் இல்லா விட்டால் உலகின் எந்த பாகத்திலாவது. அமெரிக்காவில் அதிகாரத்தில் இருப்பவர்கள், எங்களுக்கு நிலம் வழங்கினால் அமெரிக்காவுக்குள்ளேயே தனிதேசமாக வாழ்வோம். இல்லையென்றால் நிலம் கிடைக்கும் இடத்தில் தேசம் அமைப்போம்...

நெறியாளர்: அரசியல் ஆதரவு இல்லாமல் எப்படி?

மால்கம் X: கறுப்பர்களின் சுதந்திரம் மற்றும் உரிமைகள் குறித்து பேசாத மதம் தவறான மதம் ஆகும். இதற்கு அரசியல் தீர்வு

கிடையாது. வேதாகமத்தில் இதற்கான தீர்வு உள்ளது. நீங்கள் குறிப்பிடுவது போல இது அரசியல் பிரச்சினை கிடையாது. அரசியல் பிரச்சினை, பொருளாதார பிரச்சினை, சமூகப் பிரச்சினை, உளவியல் பிரச்சினை, ஆன்மிக பிரச்சினை என அனைத்தையும் இறைவேத வெளிப்பாடுகள் மூலம் மட்டுமே தீர்க்க முடியும்.

அமெரிக்க கறுப்பர்களின் அடிமைத்தனத்திற்கு ஒரே காரணம் கிறிஸ்தவ மதம்தான் என்ற கருத்தில் உறுதியாக இருந்த மால்கம், அந்த அடிமைத்தளையிலிருந்து விடுதலை அளிப்பது இஸ்லாமிய மார்க்கம் மட்டுமே என்பதிலும் தெளிவான நிலைப்பாடு கொண்டிருந்தார். முந்தைய வேதங்களை கற்றறிந்த ஒருசில கிறிஸ்தவ மத அறிஞர்களைத் தவிர, இஸ்லாமிய மதத்தை மத்திய கிழக்கு நாடுகளின் வாழும் கல்வியறிவில், அறிவியலில் மிகவும் பின் தங்கியிருக்கும் ஓர் இன குழுவினர் பின்பற்றும் மதமாகவே பார்த்தனர்.

இந்த உளவியலுக்குப் பின்பு இருந்தது, இஸ்லாம் மீதான வெறுப்பே என்பதையும் கவனத்தில் கொள்ள வேண்டும். இதை உணர்ந்திருந்த மால்கம், கறுப்பின தலைவர்களுடனான உரையாடலின் போது, அவர்கள் காட்டும் இஸ்லாமிய வெறுப்புக்கான காரணங்கள் மீது வெளிச்சம் பாய்ச்சினார். *WBAI* வானொலி உரையாடலில், மூத்த குடியுரிமைப் போராளி பேயர்ட் ரஸ்டின் என்பவர், இஸ்லாம் குறித்த அறியாமையை வெளிப்படுத்த, அதற்கு பதிலடி கொடுத்த மால்கம், வரலாற்றைத் திரிக்கும் குயுக்தியைத்தான் வெளிப்படுத்துவதாக அவரை அம்பலப்படுத்தினார்.

பேயர்ட் ரஸ்டின்: உங்கள் இயக்கத் தொண்டர்கள் குர்ஆனைப் படிக்கவில்லை. பைபிளைத்தான் படித்திருக்கின்றனர். தங்கள் எஜமானர்களின் மதத்தின் பெயரைப் பயன்படுத்த விரும்பவில்லையே தவிர, அவர்கள் இன்னும் கிறிஸ்தவர்களாகவே இருக்கின்றனர், முஸ்லிம்களாக அல்ல. அவ்வளவுதான்... ஆஃப்ரிக்காவின் கிழக்கு கடற்கரைப் பகுதியிலிருந்து, ஏராளமான நீக்ரோக்கள் அமெரிக்காவுக்கு வந்த பின்புதான், ஆஃப்ரிக்காவுக்குள் இஸ்லாம் வந்தது.

மால்கம் X: வெள்ளையன் உங்களுக்கு அப்படி கற்பித்திருக்கிறான். அமெரிக்காவை கண்டுபிடிப்பதற்கு முன்பே, இஸ்லாத்தின் தாக்கம் ஆஃப்ரிக்காவில் இருந்தது. மாலி தேசத்தின் வரலாற்றைப் பாருங்கள். நைஜீரியாவில் காட்டுத் தீ போல இஸ்லாம் வேகமாக பரவி வருவதாக டைம் இதழ் குறிப்பிடுகிறது. கிறிஸ்தவ வளர்ச்சி சொல்லிக் கொள்ளும்படி இல்லை என்றும் சொல்கிறது அந்த இதழ்.

அமெரிக்க எதிர்ப்பு மனநிலை கொண்ட கறுப்பின முஸ்லிம்கள் சர்வதேச முஸ்லிம்களுடன் ஒன்றிணைந்தால் பெரும் அபாயம் என அமெரிக்க உளவுத்துறை பயந்தது. அதனாலேயே அமெரிக்க முஸ்லிம்களை, சர்வதேச முஸ்லிம் சமூகத்துடன் ஒன்றிணைய விடாமல் பார்த்துக் கொண்டது. அந்தத் திட்டத்தின் ஒரு பகுதியாக உருவாக்கப்பட்டதுதான் அமெரிக்க கறுப்பின முஸ்லிம்களுக்கு பாரம்பரிய இஸ்லாத்துடன் தொடர்பில்லை என்ற குற்றச்சாட்டாகும். அதனைத்தான் மால்கமுடனான விவாதத்தின் போது பேயர்ட் ரஸ்டின் முன்வைத்தார். இந்தக் குற்றச்சாட்டில் உண்மை இல்லாமலில்லை. அதனை அடுத்த அத்தியாயத்தில் விரிவாகப் பார்க்கலாம்.

அதேசமயம், அமெரிக்க கறுப்பர்களின் பூர்வீக மார்க்கம் இஸ்லாம்தான் என்பதையும், அமெரிக்க கறுப்பர்களின் ரத்தத்தில் ஊறியிருக்கும் அடிமைத்தனத்திற்கு எதிரான ஆவேசம் இஸ்லாத்தின் மூலக்கூறுதான் என்பதையும் மால்கம் எடுத்துரைத்து விழிப்புணர்வூட்டினார்.

முஸ்லிம்களைப் பார்த்து வெள்ளையன் பயப்படுகிறான். ஏனென்றால், ஆசியாவிலும் ஆஃப்ரிக்காவிலும் கோடிக்கணக்கான முஸ்லிம்கள் உள்ளனர். அந்த முஸ்லிம்கள் தினந்தோறும் ஐவேளைத் தொழுகையின் போது, "அஷ்ஹது அன் லாயிலாஹ இல்லல்லாஹூ, அஷ்ஹது அன்ன முஹம்மதர் ரஸூலுல்லாஹ்" என்று கூறுகின்றனர். இதையேதான் நமது முன்னோர்கள் கூறினார்கள். இயேசுவும் இதையேதான் கூறினார். ஆபிரஹாமும் இதையேதான் கூறினார்.

இதற்கு என்ன பொருள்? "அஷ்ஹது அன் லாயிலாஹ இல்லல்லாஹூ, அஷ்ஹது அன்ன முஹம்மதர் ரஸூலுல்லாஹ்" என்றால், அல்லாஹ் ஒருவனைத் தவிர

வேறு இறைவன் இல்லை என நான் சாட்சி கூறுகிறேன். முஹம்மது இறைவனின் தூதர் என நான் சாட்சி சொல்கிறேன் என்று பொருள்.

இந்த வாசகங்களை கேட்கும் போது வெள்ளையன் அச்சமடைகிறான்.

நீங்கள் பத்திரிகைகளில் வாசித்திருக்க முடியும். பிரபல வெள்ளை இன கிறிஸ்தவ மதபோதகரான பில்லி கிரஹாம் குறிப்பிடும் போது, ஆஃப்ரிக்காவில் மிக வேகமாக வளர்ந்து வரும் மார்க்கம் இஸ்லாமிய மார்க்கம் என தெரிவித்துள்ளார்.

ஏன் ஆஃப்ரிக்க கறுப்பர்கள் கிறிஸ்தவத்திலிருந்து வெளியேறி, இஸ்லாத்தின் பக்கம் திரும்புகின்றனர்? ஆஃப்ரிக்க கறுப்பர்கள் விழித்தெழுந்து விட்டனர். தங்கள் கைகளில் மாட்டப்பட்டிருந்த விலங்கை உடைத்தெறிகின்றனர். கழுத்துகளில் மாட்டப்பட்டிருந்த நுகத்தடிகளை வீசியெறியத் துவங்கி விட்டனர். கிறிஸ்தவம் மூலம் காலனியாக்கிய ஐரோப்பியர்களின் சூழ்ச்சிகளைப் புரிந்து கொண்டு, அந்தக் கிறிஸ்தவ மதத்தை தூக்கி வீசுகின்றனர்.

தேவாலயத்தில் ஞாயிற்றுக்கிழமை ஒரு நாள் பிரார்த்தனை செய்யவும் வழிபடவுமான ஒரு மதம்தான் கிறிஸ்தவ மதம் என்ற பார்வையே அந்த மதத்தைப் பின்பற்றிய அமெரிக்கர்களின் பார்வையாக இருந்தது. மற்றபடி வாழ்வியலுக்கும் கிறிஸ்தவத்திற்கும் எந்தத் தொடர்புமில்லை என்பதுவே அமெரிக்கர்களின் மதம் பற்றிய புரிதலாக இருந்தது. இந்த சிந்தனையிலிருந்து விலகி, இஸ்லாமிய மார்க்கத்தை விடுதலை இறையியலாக பார்த்தார் மால்கம். அமெரிக்க கறுப்பின முஸ்லிம்களும் அவ்வாறே இஸ்லாமிய மார்க்கத்தை அணுகினர்.

⊙

2

நேஷன் ஆ:ப் இஸ்லாம் Vs பாரம்பரிய இஸ்லாம்

அமெரிக்க தேசத்தில் இனவெறி என்பது குணப்படுத்த முடியாத புற்றுநோயைப் போல பீடித்துள்ள நிலையில், இனப் பிரச்சினைக்கு ஏற்கனவே நிரூபிக்கப்பட்ட தீர்வாக இருக்கும் இஸ்லாத்திற்கு மிகவும் பொருத்தமானவர்களாக அனைத்து அமெரிக்கர்களும் இருக்கிறார்கள்.

– மால்கம் X

கறுப்பு முஸ்லிம் அமைப்பின் இஸ்லாம்

கறுப்பர்களை குடிமக்களாக அங்கீகரிக்க மறுத்த நாடு அமெரிக்கா. வெள்ளையர்களுக்கு ஊழியம் செய்ய படைக்கப்பட்ட ஓர் இனமே கறுப்பினம், என்பதுதான் அந்நாட்டு வெள்ளையர்களின் ஆழ்மன எண்ணம். எந்த வகையிலும் கறுப்பர்களை ஓர் உயிரினமாக கருதாத போக்கே இன்று வரை அங்கு நிலவுகிறது. சட்டரீதியில் குடிமக்களாக அங்கீகரித்து நூற்றாண்டுகள் ஆன பின்பும்கூட, கறுப்பர்களுக்கென தனி பள்ளிக்கூடங்கள், பேருந்துகளில் தனி இருக்கைகள், பூங்காக்களில் கறுப்பர்கள் நுழைய அனுமதி மறுப்பு என இனப்பாகுபாடு காட்டப்படுவது முற்றிலுமாக ஒழிக்கப்படவில்லை. பெரும்பாலான மாகாணங்களில் அரசே இனப்பாகுபாட்டை ஊக்குவித்து வந்தது. அமெரிக்க மைய அரசின் சட்டதிட்டங்களை கட்டாயம் கடைபிடிக்க வேண்டுமென, அந்நாட்டின் மாகாண அரசுகளுக்கு நிர்ப்பந்தம் கிடையாது. அதனால், சில மாகாணங்கள் கறுப்பர்களை இரண்டாம்தர குடிமக்களாகவே நடத்தின.

ஜனநாயகக் கட்சி, குடியரசுக் கட்சி என இரண்டு கட்சி ஆட்சி முறையைக் கொண்ட அமெரிக்காவில், கறுப்பர்களுக்கு வாக்களிக்கும் உரிமையும் அடியோடு மறுக்கப்பட்டது. வாக்காளர் பட்டியலில் கறுப்பர்களை இணைப்பதற்கே இயக்கம் கட்டி போராட்டம் நடத்த வேண்டிய சூழல்தான் அங்கு நிலவியது. மனிதர்களாக கருதாத, உழைப்பை மட்டுமே வழங்கத் தெரிந்த மூடர்களான கறுப்பர்களுக்கு, ஜனநாயக கடமையான வாக்களிக்கும் உரிமை எதற்கு என்பதுதான் வெள்ளையர்களின் கேள்வி. வாக்காளர் பட்டியலில் இடம்பெற்ற சொற்ப அளவிலான கறுப்பர்களின் ஓட்டுக்களையும் அந்நாட்டின் இரண்டு கட்சிகளும் எதிர்பார்க்கவில்லை. கறுப்பர்களின் வாக்குகள் தேவைப்படாத அளவுக்கு, அவர்கள் திரளாக வசிக்கும் பகுதிகளை துண்டு துண்டாக்கி, கறுப்பர்கள் அரசியலாக திரட்சியடைய விடாமல் வெள்ளை இனவெறியர்கள் பார்த்துக் கொண்டனர்.

நான்கு நூற்றாண்டு கால கறுப்பர்களின் இழிவுக்கும் அவமானங்களுக்கும் கிறிஸ்தவ மதம்தான் காரணம் என 1930களின் தொடக்கத்தில், அமெரிக்காவில் ரகசியமாக ஒரு பிரச்சாரம் முன்னெடுக்கப்பட்டது. W.D. ஃபார்ட் என்பவர் துணி விற்றுக் கொண்டே கறுப்பர்களின் குடியிருப்புகளுக்குச் சென்று, வெள்ளையர்களின் மதம்தான் கிறிஸ்தவ மதம், கறுப்பர்களின் ஆதி மதம் கிறிஸ்தவம் கிடையாது. ஆஃப்ரிக்காவிலிருந்து கறுப்பர்கள் அமெரிக்காவுக்கு கடத்தி வரப்படும்போது, அவர்கள் முஸ்லிம்களாக இருக்கும் நிலையிலேயே கடத்தி வந்ததாக பிரச்சாரம் செய்தார். நேஷன் ஆஃப் இஸ்லாம் என்ற பெயரில் இயக்கத்தை தோற்றுவித்து, ஆர்வமும் விருப்பமும் உள்ள கறுப்பர்களுக்கு இஸ்லாத்தை அறிமுகப்படுத்தி வந்தார்.

நேஷன் ஆஃப் இஸ்லாம் இயக்கம் கறுப்பர்கள் மத்தியில் மெதுவாக வளர்ந்து வந்த நிலையில், 1930களின் மத்தியில் W.D. ஃபார்ட் திடீரென காணாமல் போய்விட்டார். அப்போதிலிருந்து அந்த இயக்கத்தை எலிஜா முஹம்மது என்பவர் வழிநடத்தி வந்தார். அந்த அமைப்பின் பெயரில்தான் இஸ்லாம் இருந்ததே தவிர, பாரம்பரிய இஸ்லாமிய அடிப்படைக் கொள்கைகளை அந்த அமைப்பு பிரதிபலிக்கவில்லை, பின்பற்றவில்லை. அடிமைத்தனத்தை அதிகாரப்பூர்வமாக்கிய கிறிஸ்தவத்திற்கு

மாற்றாக கிளர்ந்தெழுந்த நேஷன் ஆஃப் இஸ்லாம் அமைப்பும், கட்டமைப்பிலும் செயல்பாடுகளிலும் கிறிஸ்தவ மிஷனரிகளைப் போலவே செயல்பட்டு வந்தது. நேஷன் ஆஃப் அமைப்பின் தேசிய தலைவர் *Prime Minister* என்றும், மாகாணங்களின் தலைவர்கள் *Minister* என்றும் அழைக்கப்பட்டனர்.

இஸ்லாத்தின் ஐம்பெரும் கடமைகளான இறைநம்பிக்கை, தொழுகை, நோன்பு, ஸகாத், ஹஜ் ஆகியன பற்றிய புரிதல் நேஷன் ஆஃப் இஸ்லாம் அமைப்பிடம் அறவே கிடையாது. ஒரு குறிப்பிட்ட காலம் வரை, அந்த அமைப்பின் அலுவலகங்களை கோயில் என்ற பொருள்தரக்கூடிய ஆங்கில வார்த்தையான *Temple* என்றே அழைத்து வந்தனர். பின்னர்தான் பள்ளிவாசல் என்று பொருள்தரக்கூடிய *Mosque* என்ற பதத்தை பிரயோகிக்கத் தொடங்கினர்.

பெயரளவில்தான் இஸ்லாம் இருந்ததே தவிர, இஸ்லாத்துக்கும் இந்த அமைப்புக்கும் எந்தத் தொடர்புமில்லை. முஸ்லிம்கள் என்பவர்கள் ஐந்து நேரம் தொழுவார்கள், குறிப்பாக வெள்ளிக்கிழமைகளில் ஜூம்ஆ என்ற பெருந்திரள் தொழுகையை நிறைவேற்றுவார்கள் என இஸ்லாத்தைப் பற்றி ஓரளவுக்கேனும் தெரிந்து வைத்திருப்பவர்கள்கூட அறிந்திருப்பர். ஆனால், நேஷன் ஆஃப் இஸ்லாம் அமைப்பின் தொண்டர்களுக்கு, ஐந்து நேரம் தொழுவது முஸ்லிம்களின் அடிப்படைக் கடமை என்பதுகூட தெரியாது. கிறிஸ்தவர்கள் ஞாயிற்றுக்கிழமைகளில் தேவாலயங்களில் பிரசங்கம் செய்வதைப் போல, நேஷன் ஆஃப் இஸ்லாம் அமைப்பினர் வெள்ளிக்கிழமைகளில், தங்கள் பள்ளிவாசல்களில் பிரசங்கம் செய்வதையே வழக்கமாக வைத்திருந்தனர்.

முஸ்லிம்களின் ஐம்பெரும் கடமைகளில் நோன்பும் ஒரு கடமையாகும். இஸ்லாமிய மாதக் கணக்கில் ரமழான் மாதத்தில் நோன்பு எனும் பகல் நேர உண்ணாவிரதத்தைக் கடைபிடிப்பதை உலகம் முழுவதும் முஸ்லிம்கள் வழமையாகக் கொண்டிருக்கின்றனர். ஆங்கில மாதக் கணக்கில் ஆண்டுக்கு ஆண்டு வெவ்வேறு மாதத்தில் ரமழான் மாதம் வரும். அதனால் ஒவ்வொரு ஆண்டும் நோன்பு கடைபிடிக்கப்படும் பருவ காலம் மாறிக் கொண்டே இருக்கும். இருப்பினும் நோன்பு நோற்கும்

கடமையை முஸ்லிம்கள் தவறாமல் கடைப்பிடித்து ஒழுகி வருகின்றனர். அமெரிக்காவில் கிறிஸ்துமஸ் கொண்டாட்டம் என்பது டிசம்பர் மாத ஆரம்பத்திலிருந்தே களைகட்டத் தொடங்கி விடும். அந்தக் கொண்டாட்டங்களில் நேஷன் ஆஃப் இஸ்லாம் அமைப்பின் உறுப்பினர்கள் மூழ்கி விடக்கூடாது என்பதற்காக, கிறிஸ்தவர்களின் பண்டிகைக் காலமான டிசம்பர் மாதத்தில், நோன்பு கடைபிடிப்பதை நேஷன் ஆஃப் இஸ்லாம் இயக்கம் வழமையாக வைத்திருந்தது. அதுவும்கூட இஸ்லாம் காட்டித் தரும் நெறிமுறைகளுடன் நோன்பை கடைபிடிப்பது கிடையாது.

இப்படி, இஸ்லாம் என்பதை கிறிஸ்தவ மதத்திற்கு மாற்றான மதமாக மட்டுமே நேஷன் ஆஃப் இஸ்லாம் அமைப்பு கருதியது. அதாவது, கறுப்பர்களை கிறிஸ்தவ மதத்தின் பெயராலேயே அடிமையாக நடத்துகிறார்கள் என்பதால், அதற்கு மாற்றாக ஒரு விடுதலைக் கருத்தியலாக மட்டுமே இஸ்லாத்தை அணுகினர். அதோடு நிறுத்திக் கொள்ளாமல், வெள்ளையர் மீதான வெறுப்பைத் தூண்டி இயக்கத்தை வளர்க்கவும், கறுப்பின மேலாதிக்கம் என்ற கொள்கையை பறைசாற்றவும் இஸ்லாம் மதம் பற்றிய தவறான வியாக்கியானங்களை கொடுத்து வந்தனர்.

நேஷன் ஆஃப் இஸ்லாம் தொண்டர்களுக்கு, அந்த இயக்கம் சார்பாக அடிப்படை பயிற்சி ஒன்று அளிக்கப்படும். அதில், 'யாகூப் சரிதை' என ஒரு சித்தாந்தம் கற்பிக்கப்படும். அதாவது, இறைவன் முதலில் படைத்தது கறுப்பின மனிதர்களைத்தான். நாளடைவில், கறுப்பினத்தில் தோன்றிய யாகூப் என்ற விஞ்ஞானி இறைவன் மீது கொண்ட வெறுப்பால், இறைவனைப் பழிவாங்குவதற்காக மரபணு மாற்றத்தின் மூலம் சிவப்பு, மஞ்சள் இன மக்களை உருவாக்கியதாக நேஷன் ஆஃப் இஸ்லாம் அமைப்பு நம்பி வந்தது. சிவப்பு, மஞ்சள் நிற வழித்தோன்றல்களின் வழியில், இறுதியாக வந்த இனம்தான் வெள்ளை இனம் என அந்த அமைப்பு கருதியது. பெரிய தலையைக் கொண்டிருந்ததால், 'பெரிய தலை விஞ்ஞானி' என அறியப்பட்ட யாகூபின், இறை விரோதச் சிந்தனை மூலம், இறைச் சித்தத்திற்கு எதிராக உருவாக்கப்பட்ட, வெறுக்கப்பட வேண்டிய இனம்தான் வெள்ளை இனம் என அந்த இயக்கத்தின் உறுப்பினர்களுக்கு போதிக்கப்பட்டது. இந்த

வெறுப்பின் அடிப்படையில் வெள்ளை இனத்தை 'பிசாசு' என்ற சொற்றொடரைப் பயன்படுத்தி இழிவுபடுத்தியதோடு, எதிரியாக கட்டமைத்து, அந்த இனம் அழிக்கப்பட வேண்டியது கடவுளின் விருப்பம் என நேஷன் ஆஃப் இஸ்லாம் அமைப்பு பிரச்சாரம் செய்து வந்தது.

இந்தப் பின்னணியிலேயே, சிறையில் இருந்து வெளியே வந்த மால்கம் X, நேஷன் ஆஃப் இஸ்லாம் அமைப்பின் வளர்ச்சிக்கு கடுமையாக பாடுபட்டார். கறுப்பர்கள் வசித்த பகுதிகளுக்கெல்லாம் இயக்கத்தை கொண்டு போய் சேர்த்து, கறுப்பின இளைஞர்களை கூட்டம் கூட்டமாக நேஷன் ஆஃப் இஸ்லாம் அமைப்பில் அணிவகுக்க உழைத்தார்.

1952 ஆம் ஆண்டு ஆகஸ்ட் மாதம் சிறையிலிருந்து மால்கம் வெளியே வந்த போது, அந்த அமைப்பில் ஆயிரத்துக்கும் குறைவான உறுப்பினர்களே இருந்தனர். அதுவும் வயது முதிர்ந்தவர்கள்தான். 1950களில் அமெரிக்க கறுப்பர்கள் மத்தியில் குடியுரிமை அமைப்புகள் தீவிரமாக களமாடி வந்த நிலையில், நேஷன் ஆஃப் இஸ்லாம் அமைப்பானது, பிரபலமாகாத தலைமறைவு ரகசிய இயக்கம் போல செயல்பட்டு வந்தது. மால்கம் X பிரச்சாரகராக அறிமுகமாகிய பின்தான், அமெரிக்க மக்கள் மத்தியில் அந்த அமைப்பு பரபரப்பான பேசுபொருளாகி அசுர வளர்ச்சியடைந்தது.

'யாகூப் சரிதை' என்ற கற்பனைக் கதையைத் தாண்டி, வெள்ளையன் 'பிசாசு' என்பதற்கு வரலாற்று ஒளியில் தர்க்க நியாயங்களை முன் வைத்து அனல் பறக்கும் பிரச்சாரம் செய்தார் மால்கம். ஆஃப்ரிக்காவிலிருந்து கறுப்பர்களை கடத்தி வந்தது வெள்ளையன் என்ற வரலாற்றை மட்டுமே பேசி வந்த நிலையில், நானூறு ஆண்டுகளுக்குப் பின்பும்கூட அதே அடிமைமுறையே தொடர்கிறது, கறுப்பர்களின் வாழ்க்கையில் எந்த முன்னேற்றமும் இல்லை, நவீன அடிமை முறையை வெள்ளை அமெரிக்கா பின்பற்றி வருவதாக உடைத்துப் பேசினார் மால்கம்.

அடிமைப்படுத்திய வெள்ளையனிடம் குடியுரிமைகள் கேட்டு கெஞ்சிக் கொண்டிருப்பதற்குப் பதிலாக, கறுப்பர்கள் வசிக்கும் பகுதிகளை தனியாகப் பிரித்துக் கொடுத்து விட்டால், கறுப்பர்களே

சுயமாக ஆட்சி செய்து அடிமைத்தன இழிவுகளிலிருந்து வெளியே வந்து விடுவோம் என ஓயாமல் பரப்புரை செய்து, 12 ஆண்டுகளில் ஆயிரக்கணக்கான இளைஞர்களை நேஷன் ஆஃப் இஸ்லாம் அமைப்பின்பால் ஈர்த்தார் மால்கம்.

அமெரிக்காவில் கல்வி பயின்று வந்த மத்திய கிழக்கு மற்றும் ஆஃப்ரிக்க நாடுகளைச் சேர்ந்த முஸ்லிம் மாணவர்களிடம் 'யாகூப் சரிதை' விவாதப் பொருளானது. நேஷன் ஆஃப் இஸ்லாம் இயக்கம் இஸ்லாத்திற்கு விரோதமான கருத்தியல்களை முன்னெடுப்பதாக அந்த முஸ்லிம் மாணவர்கள் அமெரிக்க பத்திரிகைகளில் எழுதி வந்தனர். அவர்களில் சூடானைச் சேர்ந்த அஹமது உஸ்மான் என்ற மாணவர், ஒருமுறை ஹார்லெம் நகரில் உள்ள பள்ளிவாசலில் மால்கமின் உரையை கேட்க வந்திருந்தார். மால்கம் உரையாற்றி முடித்ததும் கேள்வி-பதில் நேரத்தில், நேஷன் ஆஃப் இஸ்லாம் அமைப்பு பிரச்சாரம் செய்யும், வெள்ளையர்கள் பிசாசுகள் என்ற சித்தாந்தம் பற்றி அவர் கேள்வி எழுப்பினார். "வெள்ளையர்களையும் இறைவன்தான் படைத்தான். மனிதர்களிடையே இன, நிற, மொழி அடிப்படையில் பாகுபாடு இல்லை. செயல்களின் அடிப்படையிலேயே மனிதர்கள் அடையாளம் காணப்பட வேண்டும்" என்று அந்த மாணவர் விவரித்தார்.

நேஷன் ஆஃப் இஸ்லாம் அமைப்பு வெள்ளையர்களை எதிர்ப்பதற்கான அரசியல் காரணத்தை விளக்கி கூறினாலும் அந்த மாணவருக்கு, மால்கமின் பதிலில் திருப்தி இல்லை. நாளடைவில் மால்கமுடன் அந்த மாணவருக்கு நெருக்கம் அதிகரித்தது. அந்த மாணவர், இஸ்லாம் குறித்த புத்தகங்களை மால்கமுக்கு வழங்கினார். மால்கமும் அந்த புத்தகங்களைக் கற்றுத் தெளிந்தார்.

மால்கம் சிறையிலிருந்து வெளியே வந்து, ஓய்வு ஒழிச்சலற்ற நிலையில் இயக்கத்திற்காக 12 ஆண்டுகள் உழைத்த போதிலும், எந்த இடத்திலும் அவர் தன்னை முன்னிறுத்திக் கொள்ளாமல் இயக்கத்தின் தலைவர் எலிஜா முஹம்மதுவின் சீடராகவே பிரகடனப்படுத்தி வந்தார். இருந்த போதிலும், அவரின் ஆற்றல் மிக்க உரைகளாலும், ஊடகங்களில் வெள்ளை அரசியல்வாதிகளை உக்கிரமாக சீண்டும் நேர்காணல்களாலும்

பிரபலமானார். அவரின் கருத்தாழமிக்க விவாதங்களால் கவரப்பட்டு எதிரிகளும் அவரிடம் சரணடைந்தனர். இதனால், அமெரிக்காவின் மிகச் சிறந்த பேச்சாளர்களில் ஒருவராக அறியப்பட்டு, அவரின் புகழ் அமெரிக்காவெங்கும் ஓங்கி ஒலித்தது.

மால்கம் X, அமெரிக்காவில் அறியப்பட்ட பிரபலமாக மாறிய நிலையில், நேஷன் ஆஃப் இஸ்லாம் அமைப்பின் உயர்மட்ட நிர்வாகிகளே அவர் மீது பொறாமை கொண்டனர். அவருக்கு எதிராக சதிவலைகளைப் பின்னி, அவரை இயக்கத்திலிருந்து வெளியேற்றுவதற்கான தருணத்தை எதிர்பார்த்திருந்தனர். நேஷன் ஆஃப் இஸ்லாம் அமைப்பின் தலைவர் எலிஜா முஹம்மது, தன்னுடைய பெண் செயலாளர்களுடன் முறையற்ற பாலியல் உறவை கொண்டிருந்தார் என்ற உண்மை மால்கமுக்கு தெரிய வரவே, அவரை தன்னுடைய முதல் எதிரியாக பாவித்தார் தலைவர் எலிஜா முஹம்மது. இப்படி தன்னுடைய வாழ்க்கையையே இயக்கத்திற்காக ஒப்படைத்த மால்கம், ஒரு கட்டத்தில் அந்த இயக்கமே தன்னை ஓரம்கட்டுவதை நன்றாக அறிந்தார். இருந்தாலும், தன்னைப் போன்ற ஓர் ஆற்றலாளர் அந்த இயக்கத்தில் இல்லை என்பதால், அவ்வளவு எளிதில் இயக்கம் தன்னை நிராகரித்து விட முடியாது என்றும் கண்மூடித்தனமாக நம்பினார்.

இந்நிலையில், 1963 ஆம் ஆண்டு நவம்பர் 22 ஆம் தேதி, தேர்தல் பிரச்சாரத்திற்காக டல்லாஸ நகருக்கு வந்திருந்த, அமெரிக்க அதிபார் ஜான் எஃப் கென்னடி சுட்டுக் கொல்லப்பட்டார். அந்நாட்டையே உலுக்கிய அதிபரின் படுகொலை தொடர்பாக, நேஷன் ஆஃப் இஸ்லாம் அமைப்பின் நிர்வாகிகள் யாரும் ஊடகங்களில் கருத்து சொல்லக்கூடாது என தலைமை கண்டிப்புடன் தெரிவித்திருந்தது. தேசிய தலைவர் எலிஜா முஹம்மது இது தொடர்பாக அறிக்கை அளிப்பார் என்று மட்டும் சொல்லிக் கொள்ள அனுமதி அளிக்கப்பட்டது. இருப்பினும், இயக்கத்தின் தேசிய செய்தி தொடர்பாளராக மால்கமால் கருத்து சொல்லாமல் தவிர்க்க முடியவில்லை. மிக மிக கவனமாக ஊடகங்களை எதிர்கொண்ட மால்கம், பத்திரிகையாளர்களின் திருகல் கேள்விகளை லாவகமாகக் கையாண்டு சமாளித்தார்.

திரும்பத் திரும்ப கேட்டும் பதில் சொல்லாமல் தவிர்த்து வந்த நிலையில், "அப்படியல்ல மிஸ்டர் மால்கம்... அதிபர் படுகொலையில் வெள்ளையர் ஒருவர் கைது செய்யப்பட்டார், இரண்டே நாளில் அவரையும் ஒருவர் சுட்டுக் கொன்று விட்டார். இந்த நிகழ்வுகளையெல்லாம் நீங்கள் எப்படி பார்க்கிறீர்கள்..." என சுற்றி வளைத்து ஒரு பத்திரிகையாளர் கேள்வியை முன்வைத்தார்.

"வெளிநாடுகளில் வன்முறையைத் தூண்டி, அந்நாட்டு தலைவர்களை கொலை செய்ய தலையாட்டி ஒப்புதல் அளித்தார் கென்னடி. இப்போது அவரே அந்த வன்முறைக்கு பலிகடாவாகி விட்டார். தன் வினை தன்னைச் சுடும் என்பார்களே... அது இதுதான்..." என மிக மிக நளினமாக, அதேசமயம் எந்தவொரு சர்ச்சைக்கும் இடமளிக்காமல் பரிதாபத்தை வெளிப்படுத்தும் வகையில் மால்கம் பதிலளித்தார்.

ஆனால், *நியூயார்க் டைம்ஸ்* பத்திரிகையோ, "விதைத்ததை அறுவடை செய்கிறது அமெரிக்கா: அதிபர் படுகொலை பற்றி மால்கம் கருத்து" என குதர்க்கமாக தலைப்பு வைத்து செய்தி வெளியிட்டது. இயக்கத்திலிருந்து மால்கமை வெளியேற்றுவதற்காக காத்துக் கொண்டிருந்த நேஷன் ஆஃப் இஸ்லாம் அமைப்பின் மேல்மட்ட நிர்வாகிகளுக்கு, இந்தத் தலைப்பு ஒரு வாய்ப்பாக அமைந்தது. மால்கமை நேரடியாக அழைத்த தலைவர் எலிஜா முஹம்மது, அடுத்த மூன்று மாதங்களுக்கு இயக்கத்திலிருந்து தற்காலிகமாக நீக்குவதாகச் சொன்னதும் மால்கம் அதிர்ந்து போனார். இதனை விட மோசமான கருத்துக்களோடு உலகத் தலைவர்கள் அறிக்கை விட்டிருந்தனர். தன்னுடைய கருத்து எந்த விதத்திலும் இயக்கத்திற்கு ஊறுவிளைவிக்காத வகையில் இருந்த போதிலும், திட்டமிட்டு தன்னை இயக்கத்திலிருந்து வெளியேற்ற முயல்வதை மால்கம் உணர்ந்தார். 90 நாட்கள் தடைக்காலம் நீங்கிய பிறகும்கூட மால்கமை மீண்டும் இயக்கத்தில் சேர்த்துக் கொள்ளவில்லை. தன் தரப்பு நியாயத்தை எடுத்துச் சொல்ல பல தடவை நேரம் கேட்டும், அதற்கு வாய்ப்பு வழங்காமல், மால்கமை இயக்கத்திலிருந்து நிரந்தரமாக நீக்கி உத்தரவிட்டார் தலைவர் எலிஜா முஹம்மது.

மூத்தவர்களின் கூடாரமாக மூடநம்பிக்கைளின் மூட்டையாக இருந்த இயக்கத்திற்கு புது வெளிச்சம் பாய்ச்சி, இளம் ரத்தம் பாய்ச்சி 22 மாகாணங்களில் 50 பள்ளிவாசல்களை உருவாக்கி அமெரிக்க ஐக்கிய ராச்சியமே அஞ்சி நடுங்கும் இயக்கமாக நேஷன் ஆஃப் இஸ்லாம் இயக்கத்தை வளர்த்தெடுத்தார் மால்கம். தன் வாழ்க்கையையே இயக்கத்திற்காக அர்ப்பணித்து, கறுப்பினச் சமூகத்தின் விலைபோகாத தலைவராக அமெரிக்கா முழுவதும் அறியப்பட்ட போதும், தலைவர் எலிஜா முஹம்மதுவின் சாதாரண தொண்டன் என்றே தன்னை எப்போதும் அவர் அறிமுகப்படுத்தி வந்தார். தன்னைவிட தலைவர் எலிஜா முஹம்மதுவை அதிகம் நேசித்தார் மால்கம். முழுநேர ஊழியராக தன்னை அர்ப்பணித்துக் கொண்ட அவரை இயக்கத்தை விட்டு வெளியேற்றும் போது, மால்கமுக்கு சொந்தமாக வீடுகூட கிடையாது என்பது கசப்பான உண்மையாகும்.

தூய இஸ்லாத்தை நோக்கி...

நேஷன் ஆஃப் இஸ்லாம் அமைப்பின் வலிமைமிக்க தலைவராக அறியப்பட்ட மால்கம், தன்னுடைய பேச்சால், நிற வேறுபாடின்றி அமெரிக்கர்களை ஆகரிஷித்ததைப் போலவே, பிரபல குத்துச்சண்டை வீரர் காசியஸ் கிளேவையும் கவர்ந்திழுத்ததில் ஆச்சரியமில்லை. காசியஸ் கிளே நேஷன் ஆஃப் இஸ்லாம் அமைப்பின் உறுப்பினர் என்பதையும் தாண்டி, மால்கமின் குடும்ப நண்பராக நெருக்கம் காட்டினார். மால்கம் இயக்கத்தை விட்டு தற்காலிகமாக நீக்கப்பட்டிருந்த காலத்தில்தான், காசியஸ் கிளே, உலக ஹெவி வெயிட் சாம்பியன் போட்டியில் களமிறங்கினார். அப்போது மயாமி நகரில் பயிற்சி பெற்று வந்த காசியஸ் கிளேவைச் சந்தித்து, அவருக்கு உத்வேகம் அளித்தார் மால்கம். வெல்ல முடியாதவராக கருதப்பட்ட சன்னி லிஸ்டனை நிச்சயம் வீழ்த்த முடியும் என மானசீகமாக நம்பிக்கை அளித்தவர் மால்கம்தான்.

கிறிஸ்தவ கறுப்பரான சன்னி லிஸ்டனின் குத்துக்களில் வீழ்ந்து, முஸ்லிம் கறுப்பரான காசியஸ் கிளே உயிரைவிடுவது உறுதி என்றே அனைத்துப் பத்திரிகைகளும் எழுதின. கிறிஸ்தவத்துக்கும் இஸ்லாத்துக்குமான நவீன சிலுவை யுத்தம் என்றே சன்னி லிஸ்டன், காசியஸ் கிளே குத்துச் சண்டைப்

போட்டியை ஊடகங்கள் வர்ணித்தன. இந்த பிரச்சாரங்களால் உத்வேகமடைந்த மால்கம், கிறிஸ்தவத்தை வீழ்த்தியே ஆக வேண்டும் என உறுதிபூண்டு அதற்கேற்ற வகையில் காசியஸ் கிளேயை மனதளவில் தயார்படுத்தினார். தன்னுடைய ஆன்மிக குருவான மால்கமின் வார்த்தைகளில் கட்டுண்ட கிளே, கடுமையான பயிற்சியை மேற்கொண்டு, வெல்லவே முடியாதவராக கணிக்கப்பட்ட சன்னி லிஸ்டனை எளிதாக வீழ்த்தி, உலக ஹெவி வெயிட் சாம்பியன் மகுடத்தைச் சூடினார். இதற்கு ஒரே காரணம் மால்கம்தான்.

இயக்கத்திலிருந்து வெளியேற்றப்பட்ட நிலையில், காசியஸ் கிளே தன் பக்கம் இணைந்து கொள்வார் என அப்பாவியாக எதிர்பார்த்தார் மால்கம். ஏனெனில் அவர் பயிற்சியில் ஈடுபட்டிருந்த போது, அந்தப் போட்டி தொடர்பான சிறிய செய்தியைக்கூட நேஷன் ஆஃப் இஸ்லாம் பத்திரிகையான 'முஹம்மது பேசுகிறார்' பத்திரிகை வெளியிடவில்லை. இயக்கத் தலைமைகூட காசியஸ் கிளே வெற்றி பெறுவார் என நம்பவில்லை. ஒட்டுமொத்த அமெரிக்காவும் எதிர்பார்த்ததைப் போலவே, காசியஸ் கிளே தோற்றுவிடுவார் என்றே இயக்கத் தலைமையும் எதிர்பார்த்தது. இதனையெல்லாம் கணக்கில்கொண்டு, உடன்பிறவாச் சகோதரன் போல பழகி வந்த கிளே, தன்னுடைய நிலைப்பாட்டில் நியாயம் காண்பார் என்று உறுதியாக நம்பினார் மால்கம்.

ஆனால், உலக சாம்பியனான பின்பு கிடைத்த பெயரும் புகழும் காசியஸ் கிளேயின் கண்களை மறைத்தன. மால்கமைப் போல, வாழ்க்கையையே போராட்டமாகவும், போராட்டத்தையே வாழ்க்கையாகவும் கொண்ட ஒருவரின் பின்னால் செல்ல, நட்சத்திர அந்தஸ்து கொண்ட பிரபல குத்துச்சண்டை வீரரின் மனம் ஒப்புக் கொள்ளுமா? எலிஜா முஹம்மதுவைத் தொடர்ந்து, இப்போது துரோகம் காசியஸ் கிளே வடிவில் நின்றது மால்கமின் முன்பு... எலிஜா முஹம்மதுவின் பசப்பு வார்த்தைகளுக்கு மயங்கிய கிளே, நேஷன் ஆஃப் இஸ்லாம் இயக்கத்திலேயே தொடர்ந்து செயல்பட விரும்பி, மால்கமுடன் செல்ல மறுத்து விட்டார். ஓர் உலக சாம்பியன் இயக்கத்தில் இருந்தால் அது இயக்கத்திற்கு கவர்ச்சியைக் கொடுத்து இயக்க வளர்ச்சிக்கு உதவும் என கணக்குப் போட்ட எலிஜா முஹம்மது,

மால்கம் பற்றிய தவறான பிம்பத்தை கிளேயின் மூளையில் பதிய வைத்தார். மட்டுமல்ல, கிளேயை இயக்கத்தில் தக்க வைப்பதற்காக, 'முஹம்மது அலீ' என்ற அரபிப் பெயரையும் கிளேவுக்குச் சூட்டி அழகு பார்த்தார்.

நேஷன் அஃப் இஸ்லாம் அமைப்பைப் பொறுத்தவரை இயக்கத்தில் இணையும் கறுப்பர்களுக்கு *X* என்ற எழுத்துத்தான் வழங்கப்படும். நீண்ட காலம் இயக்கத்தில் பணியாற்றிய பின்பே அரபிப் பெயர்கள் வழங்கப்படுவது வழக்கம். 'மால்கம் *X*' என்ற பெயரை நாம் அறிந்த அளவுக்கு, வரலாற்றில் எங்குமே 'காசியஸ் கிளே *X*' என்ற பெயரை நீங்கள் பார்த்திருக்க முடியாது. நேஷன் ஆஃப் இஸ்லாம் இயக்கத்தில் இணைந்த கிளே, அதை ரகசியமாக வைத்திருந்தார். ஒரு சிலருக்கே அவர் இயக்கத்தில் இருப்பது தெரியும். உலக ஹெவி வெயிட் சாம்பியன் போட்டியில் பங்கேற்பதில் எந்தச் சிக்கலும் வந்துவிடக்கூடாது என்பதற்காக, அந்த ரகசியம் காக்கப்பட்டது. அவர் சாம்பியன் பட்டம் வென்ற பின்பே, தான் ஒரு முஸ்லிம் என்பதை பகிரங்கமாக அறிவித்தார். அப்படி அறிவித்த சில நாட்களிலேயே, நேஷன் ஆஃப் இஸ்லாம் அமைப்பு சார்பில், அவசர அவசரமாக அவருக்கு அரபிப் பெயரை வழங்கி மால்கமுடனான நட்பை துண்டிக்கச் செய்தார் எலிஜா முஹம்மது. (எலிஜா முஹம்மதுவின் மறைவுக்குப் பின்பு, நேஷன் ஆஃப் இஸ்லாம் அமைப்பின் கொள்கையிலிருந்து தன்னை துண்டித்துக் கொண்டார் முஹம்மது அலீ)

கறுப்பர்களின் விடுதலைக்கு முகம் கொடுக்கும் வேலைகளில் தன்னை முழுமையாக அர்ப்பணித்துக் கொண்ட மால்கம், துரோகங்களை மென்று விழுங்கிப் பழகிக் கொண்டார். அதனையெல்லாம் அவர் ஒரு பொருட்டாகவே கருதவில்லை. 1964 ஆம் ஆண்டு மார்ச் 12 ஆம் தேதி 'முஸ்லிம் பள்ளிவாசல் கூட்டமைப்பு (*Muslim Mosque Incorporate - MMI*) என்ற புதிய இயக்கத்தை தொடங்கினார். அப்போது பத்திரிகையாளர்களிடம் பேசிய மால்கம், புதிய இயக்கத்தின் திசைவழியை இப்படி சுட்டிக்காட்டினார்:

> புதிய இயக்கத்தை தொடங்க இருக்கிறேன், 'முஸ்லிம் பள்ளிவாசல் கூட்டமைப்பு' (*Muslim Mosque Incorporate*

- MMI) என்ற பெயரில்... அதன் தலைமை பள்ளிவாசல் நியூயார்க் நகரில் செயல்படும். ஆன்மிகத்தை அடித்தளமாகக் கொண்டு இந்த இயக்கம் செயல்படும். நம்முடைய சமூகத்தில் நிலவும் ஒழுக்கச் சீர்கேடுகளை ஒழிக்க ஆன்மிக அடிப்படையிலான இந்த இயக்கம் உதவும்.

எங்களுடைய அரசியல் நிலைப்பாடு, 'கறுப்பின தேசியவாதம்' ஆகும். எங்களுடைய சமூக, பொருளாதார சித்தாந்தம் 'கறுப்பின தேசியவாதம்' ஆகும். எங்களுடைய கலாச்சார அடையாளமும் 'கறுப்பின தேசியவாதம்'தான்.

நம்முடைய சமூகத்தில் அனைவருமே மத அடையாளத்துடன் இருப்பவர்கள் கிடையாது. மதம் சார்ந்த, மதம் சாராத அனைத்து நீக்ரோக்களின் அரசியல், பொருளாதார, சமூக மேம்பாட்டுக்கு 'முஸ்லிம் பள்ளிவாசல் கூட்டமைப்பு' தனது பங்களிப்பை வழங்கும்.

நாம்தான் நம்முடைய அரசியலையும் அரசியல்வாதிகளையும் கட்டுப்படுத்துபவர்களாக இருக்க வேண்டும். இதுதான் 'கறுப்பின தேசியவாதம்' என்ற அரசியல் சித்தாந்தத்தின் பொருளாகும். வெளி நபர்களின் கட்டுப்பாட்டில் இருக்கக்கூடாது. வெளிநபர்களின் கட்டுப்பாட்டில் இருந்து வந்த கைப்பாவை அரசியல்வாதிகளை துடைத்தெறிய வேண்டும்.

நேஷன் ஆஃப் இஸ்லாம் அமைப்பில் செயல்பட்ட போது சில விஷயங்களில் மால்கமின் கைகள் கட்டப்பட்டிருந்தன. குறிப்பாக அரசைப் பற்றி விமர்சிக்க, அரசியல் தொடர்பான கருத்துக்களைக் கூற தடை இருந்தது. இது பற்றி அடுத்த அத்தியாயத்தில் விரிவாகப் பார்க்கலாம். இந்தத் தளைகளிலிருந்து விடுபட்டு அரசியல் தொடர்பான அதிரடியான கருத்துக்களை, புதிய இயக்க அறிமுகத்தின் போதே மால்கம் வெளிப்படுத்தத் தவறவில்லை.

அஹிம்சை குறித்த எங்களுடைய நிலைப்பாட்டையும் தெரிவித்து விடுகிறேன். ஒருவன் கடுமையான அடக்குமுறைக்கு உள்ளாகும் போது, அதனை எதிர்க்காமல் அமைதி காக்க வேண்டும் என கூறுவது சட்டப்படி

குற்றமாகும். துப்பாக்கி வைத்துக் கொள்வது சட்டப்படி அனுமதிக்கப்பட்டதுதான். சட்டத்திற்குட்பட்டு நடப்பதில் நம்பிக்கை வைக்க வேண்டும்.

துப்பாக்கி வைத்திருப்போர் சங்கத்தை (ரைஃபிள் கிளப்) நாம் உருவாக்க வேண்டும். நம்முடைய மக்கள் பாதிக்கப்படும் போது, அப்பகுதியில் அரசு பாதுகாப்பு வழங்கத் தவறி, நம்முடைய வாழ்வும் வாழ்வாதாரமும் பாதிக்கப்படும் போது நம்மை நாமே பாதுகாத்துக் கொள்ள ரைஃபிள் கிளப்கள் உதவும். இப்படியான இக்கட்டான சூழல் கடந்த காலங்களில் பல்வேறு நகரங்களில் ஏற்பட்டுள்ளது. நாய்களை ஏவி விட்டு கறுப்பர்கள் மீது அடக்குமுறையை ஏவும் போது, அந்த நாய்களை கொல்வதற்கு நமக்கு உரிமை உள்ளது.

நாம் அமைதியாக சட்டத்திற்கு கீழ்ப்படிந்து வாழ வேண்டும். அதேசமயம், அநியாயமாக, சட்டத்திற்கு புறம்பாக நீக்ரோக்கள் தாக்கப்படும் போது, தற்காப்புக்காக திருப்பித் தாக்குவதை சரியென்றே நான் கருதுகிறேன். நான் சொல்வது தவறு என அரசு கருதினால், அரசு தன்னுடைய கடமையைச் செய்யட்டும்.

தன்னுடைய புதிய இயக்கத்தின் அடிக்கட்டுமானம் ஆன்மிகம் என்பதில் தெளிவாக இருந்த மால்கம், அந்த அறிவிப்பைச் செயல்படுத்தும் நடவடிக்கைகளில் கவனம் செலுத்தத் தொடங்கினார். இயக்கத்தின் பெயரில் இஸ்லாத்தை வைத்துக் கொண்டு, இஸ்லாத்துக்கு விரோதமான கருத்துக்களைக் கொண்டிருந்தது போலல்லாமல், இஸ்லாத்தை அதன் தூய வழியில் அறிந்து கொள்ள விரும்பினார். ஏற்கனவே அறிமுகமாகியிருந்த சூடான் மாணவர் அஹமது உஸ்மானின் வழிகாட்டுதலில், நியூயார்க்கில் உள்ள இஸ்லாமிய மையத்திற்குச் சென்று, அந்த மையத்தின் இயக்குநர் பேராசிரியர் மஹ்மூத் யூசுஃப் ஷவர்பி அவர்களிடம் இஸ்லாத்தைக் கற்றறிந்தார். 42 வயதான ஷவர்பி, எகிப்து தலைநகர் கெய்ரோவில் உள்ள பல்கலைக்கழகத்தில் மண்ணியல் துறை பேராசிரியராக பணியாற்றியிருக்கிறார். பின்பு அமெரிக்காவில் குடியேறி, நியூயார்க்கில் உள்ள இஸ்லாமிய மையத்தில் இயக்குநராகப் பணியாற்றி வந்தார். இஸ்லாத்தின்

அடிப்படை போதனைகளான ஏகத்துவம், தூதுத்துவம், இறுதி இறைவேதமான அல்குர்ஆனின் அடிப்படையில் இறைத்தூதர் முஹம்மது அவர்கள் போதித்த சமூக அமைப்பு ஆகியன பற்றி ஷவர்பியிடமிருந்து விரிவாக அறிந்தார் மால்கம்.

புதிய இயக்கத்தை வலுவாகக் கட்டமைக்கும் பணிகளுக்கு இடையில் ஓய்வு நேரங்களின் போது, பேராசிரியர் ஷவர்பி அவர்களிடம் இஸ்லாத்தைக் கற்று வந்த மால்கமிடம், புனித நகரான மக்காவுக்கு புனிதப் பயணம் மேற்கொள்ளும் எண்ணம் வலுத்தது. இஸ்லாத்தைக் கற்கக் கற்க அதன் வேர்பிடித்த நிலத்தைப் பார்த்து விட வேண்டுமென்ற உந்துதல் அவரை ஆட்கொண்டது. மால்கமே கூறுவது போல, 'என்னுடைய முழு வாழ்க்கையும் மாற்றங்களின் கால வரிசைதான்' என்பதற்கொப்ப, புனிதப் பயணம் அவரின் ஒட்டுமொத்த கருத்தியலையும் மாற்றியது. புனித ஹஜ் கடமையை நிறைவேற்றுவதற்காக, ஏப்ரல் 13 ஆம் தேதி (1964) அமெரிக்காவிலிருந்து மக்காவுக்கு புறப்பட்டுச் சென்றார். உம்ரா, ஹஜ் கடமைகளை நிறைவேற்றிய பின், அமெரிக்காவில் உள்ள தொண்டர்களுக்கு அவர் எழுதிய கடிதம் வரலாற்றுப் புகழ் பெற்றது.

மக்காவுக்குச் செல்லும் வரை வெள்ளையன் என்பவன் 'பிசாசு', ஒழிக்கப்பட வேண்டியவன் என்ற நம்பிக்கையில் வாழ்ந்து வந்த மால்கமுக்கு, புனித ஹஜ் பயணம் பயங்கர அதிர்ச்சியாக இருந்தது. அதுமட்டுமல்ல புனித நகரான மக்காவில் வெள்ளையர்கள் அனுமதிக்கப்பட மாட்டார்கள் என்றே நேஷன் ஆஃப் இஸ்லாம் அமைப்பில் கற்றுக் கொடுக்கப்பட்டிருந்தது. இந்தப் பூமியில் எத்தனை நிறங்களில் மனிதர்கள் இருக்கிறார்களோ, எத்தனை மொழி பேசக் கூடியவர்கள் இருக்கிறார்களோ, எத்தனை இனங்கள் இருக்கின்றதோ அத்தனை மக்களும் எந்தப் பாகுபாடுமின்றி ஓரிறைவனை வணங்குவதைப் பார்த்து அதிசயத்து நின்றார் மால்கம். மக்காவில் புனித ஹஜ் யாத்திரையின் போது வெள்ளை நிறத் தோலைக் கொண்ட முஸ்லிம் என்று அறியப்படும் ஒரு நபர், கறுப்பர் உள்ளிட்ட பிற நிற, இன மக்களை சகோதரராக வாஞ்சையுடன் கட்டித் தழுவுவதையும் ஒரே தட்டில் உணவருந்துவதையும் பார்த்து மெய்சிலிர்த்துப் போன மால்கம், வெள்ளையன் என்று

அறியப்படும் ஒருவனால் அமெரிக்காவில் இது சாத்தியமா என சிந்திக்கத் துவங்கினார்.

இந்தச் சிந்தனையுடன் புனித ஹஜ் பயணத்தை முடித்துக் கொண்டு, அமெரிக்காவில் உள்ள தன்னுடைய தொண்டர்களுக்கு மால்கம் எழுதிய கடிதத்தில், மனிதர்களிடம் நிலவும் அனைத்து பாகுபாடுகளையும் நீக்கவல்ல ஒரே அருமருந்து இஸ்லாம்தான் என பரிந்துரைத்தார்.

முஸ்லிம் அல்லாதவர்கள் இதுவரை கண்டிராத, உலகின் புனித மிகு நகரான, மக்காவில் என்னுடைய ஹஜ் யாத்திரையை தற்போதுதான் நிறைவு செய்தேன்.

முஸ்லிம்களின் வாழ்வில் மிக மிக முக்கியமான இந்தப் புனித பயணத்திற்கு, அரேபியாவுக்கு வெளியிலிருந்து 2,26,000 பேர் குழுமியுள்ளனர். அதிகபட்சமாக துருக்கியிலிருந்து மட்டும் 600க்கும் மேற்பட்ட பேருந்துகளில் சுமார் ஐம்பதாயிரம் யாத்திரிகர்கள் வந்துள்ளனர். துருக்கி இஸ்லாத்தை கைவிட்டு விட்டது என்ற மேற்குலகின் பிரச்சாரத்தை இது பொய்யாக்குகிறது.

எனக்கு தெரிந்து அமெரிக்காவிலிருந்து ஹஜ் பயணம் மேற்கொண்டது எலிஜா முஹம்மதுவும் அவரின் இரண்டு மகன்களும்தான். அவர்களும் ஹஜ் காலத்தில் மக்காவுக்கு வராததால், 'உம்ரா'வை மட்டுமே நிறைவேற்றியுள்ளனர். (ஹஜ்ஜுக்குரிய நாட்கள் அல்லாத மற்ற நாட்களில் நிறைவேற்றப்படும் புனித பயண கிரியைகள் 'உம்ரா' என்றழைக்கப்படுகிறது.)

முஸ்லிம் உலகில் 'உம்ரா'வும் பேருளாகத்தான் கருதப்படுகிறது. இதுவரை அமெரிக்க குடிமக்கள் 10 பேராவது மக்காவிற்கு வந்திருப்பார்களா என்பது சந்தேகமே. அந்த வகையில், அமெரிக்காவில் பிறந்த நீக்ரோ இனத்தவர்களில் நான்தான் புனித ஹஜ் கடமையை முழுமையாக நிறைவேற்றும் முதல் நபர் என நம்புகிறேன். பெருமைக்காக இதனை நான் கூறவில்லை, அற்புதமான வாய்ப்பும் பேருளும் எனக்கு கிடைக்கப் பெற்றிருப்பதை சுட்டிக்காட்டவே குறிப்பிட்டேன். இதன் மீது சரியான

வெளிச்சம் பாய்ச்சி அறிவார்ந்த முறையில் மதிப்பிட்டு அதற்கான இடத்தை நீங்கள் வழங்குங்கள்.

மிக்க கண்ணியம் பொருந்திய நகரத்துக்கு நான் மேற்கொண்ட புனித பயணம் எனக்கு தனித்துவமான அனுபவங்களை பெற்றுத் தந்துள்ளது. என்னுடைய பெருங் கனவுகளையும் தாண்டி, நான் எதிர்பார்த்திராத பற்பல பேரருளை பெற்றுக் கொண்டவனாக இந்தப் புனித பயணம் எனக்கு அமைந்தது.

ஜித்தாவுக்கு வந்தவுடனேயே, ஆட்சியாளர் இளவரசர் முஹம்மது ஃபைசலின் விருந்தினராக கவுரவிக்கப்பட்டேன். பின்பு நடந்தவைகளை விவரிக்க பல புத்தகங்கள் எழுத வேண்டும். அரசு விருந்தினரான பின், புனித நகரில் ஹஜ் கிரியைகளை நிறைவேற்ற சென்று வர தனி வாகனம், ஓட்டுநர், வழிகாட்டி போன்ற உபசரிப்புகளோடு ஜித்தாவின் பிரபல ஹோட்டலில் தங்க வைக்கப்பட்டேன்.

இந்த அளவுக்கு நான் ஒரு போதும் கவுரவிக்கப்பட்டதில்லை. இவ்வளவு கவுரவமும் மரியாதையும் என்னை தகுதியற்றவனாகவும் தாழ்மையானவனாகவும் உணர வைக்கிறது. இத்தகைய ஆசிர்வாதம் ஓர் அமெரிக்க நீக்ரோவுக்கு கிடைக்கும் என்பதை யார்தான் நம்புவார்கள்! ஆனால், முஸ்லிம் உலகில், ஒருவர் இஸ்லாத்தை தன்னுடைய வாழ்க்கை நெறியாக ஏற்றுக் கொண்ட பின், வெள்ளையர் - கறுப்பர் என்ற அடையாளங்களை கைவிட்டு, மனிதனை மனிதனாக அங்கீகரிக்க கற்றுக் கொடுக்கிறது இஸ்லாம். ஏனெனில், இங்குள்ள மக்கள் ஓரிறைவனை நம்புவதோடு, அனைவரும் ஓரினம் என்பதன் மீது நம்பிக்கை கொண்டு, அனைவரையும் சகோதர, சகோதரிகளாக ஒரே குடும்பமாக பாவிக்கின்றனர்.

மனம் நிறைந்த விருந்தோம்பல் பண்பையும் உண்மையான சகோதரத்துவ அன்பையும் இங்கு அரேபியாவில் நான் பார்த்தது போல வேறு எங்கும் இதற்கு முன்பு பார்த்தது கிடையாது.

உண்மையில் இந்தப் புனிதப் பயணத்தில் நான் கண்டுணர்ந்து அனுபவித்த அனைத்தும் என்னுடைய கருத்தியலை

மறுவரையறை செய்ய கட்டாயப்படுத்தியுள்ளன, என்னுடைய முந்தைய முடிவுகளை ஒதுக்கித் தள்ள நிர்ப்பந்தப்படுத்தியுள்ளன.

'உண்மைக்கு இணங்குதல்' என்பது எனக்கு கடினமானது கிடையாது, ஏனெனில், நான் எதில் நம்பிக்கை வைத்திருக்கிறேனோ அதில் உறுதியாக இருந்த போதிலும், எப்போதும் திறந்த மனதுடன் இருக்கவே முயற்சிக்கிறேன். உண்மைக்கான அறிவார்ந்த தேடலைக் கொண்ட எவருடனும் கைகோத்துச் செல்ல வேண்டிய நெகிழ்வுத்தன்மையை பிரதிபலிக்க இந்தத் தன்மை முற்றிலும் அவசியம்.

உலகின் ஒவ்வொரு பகுதியிலிருந்தும் அனைத்து நிறங்களைச் சேர்ந்த முஸ்லிம்கள் இங்கு வந்திருந்தனர். மக்காவில் கடந்த சில தினங்களில், ஹஜ் கிரியைகளின் போது, அரசர்களுடன், அதிகாரம் மிக்கவர்களுடன், ஆட்சியாளர்களுடன் சேர்ந்து ஒரே தட்டில் உணவருந்தியிருக்கிறேன். ஒன்றாக உறங்கியிருக்கிறோம்.

வெள்ளையர்களான சக முஸ்லிம்கள் என்னை அவர்களுடைய சகோதரரைப் போலவே பார்த்தனர். ஏனெனில் ஓரிறைவனான அல்லாஹ்வின் மீதான அவர்களுடைய நம்பிக்கை, வெள்ளை நிறம் மேன்மையான நிறம் என்ற எண்ணத்தை அவர்களின் உள்ளங்களிலிருந்து அகற்றி விடுகிறது. இதனால், அனைத்து வகையான இன, நிற மக்கள் தங்களுக்கிடையிலான வேறுபாடுகளை கைவிட்டு, இயல்பாகவே தங்களை சகோதர, சகோதரிகளாக பாவித்துக் கொள்கின்றனர். ஓரிறைவன் மீதான முஸ்லிம்களின் நம்பிக்கை, அமெரிக்க வெள்ளையர்களிடமிருந்து அவர்களை வித்தியாசப்படுத்திக் காட்டுகிறது. அதனால் வெள்ளையாக உள்ள முஸ்லிம்களை கையாள்வதில் நிறம் எனக்கு ஒரு பொருட்டாக தெரியவில்லை.

ஓரிறைவன் மீதான அவர்களின் உறுதியான நம்பிக்கை, அனைத்து மக்களையும் சமமாக பார்க்கும் பார்வையைக் கொடுத்துள்ளது. இந்தப் பார்வை இஸ்லாத்தை ஏற்றுக் கொண்ட வெள்ளையர்களிடமும் உள்ளது. அவர்கள் வெள்ளையர் அல்லாதவர்களை சகோதரர்களாகவே பாவிக்கின்றனர்.

வெள்ளை அமெரிக்கர்களும் இஸ்லாமிய மார்க்கத்தை தழுவி ஓரிறைவனான அல்லாஹ்வை ஏற்றுக் கொண்டால், மனிதகுலம் ஒன்றே என்பதை அங்கீகரித்து, நிறத்தின் அடிப்படையில் மனிதர்களை அளவிடுவதை அவர்கள் நிறுத்தலாம்.

இப்போது, அமெரிக்க தேசத்தில் இனவெறி என்பது குணப்படுத்த முடியாத புற்றுநோயைப் போல பீடித்துள்ள நிலையில், இனப் பிரச்சினைக்கு ஏற்கனவே நிரூபிக்கப்பட்ட தீர்வாக இருக்கும் இஸ்லாத்திற்கு மிகவும் பொருத்தமானவர்களாக அனைத்து அமெரிக்கர்களும் இருக்கிறார்கள்.

அமெரிக்க நீக்ரோக்கள் கடைப்பிடிக்கும் இனத்துவ பகைமைக்காக அவர்களை குற்றம் சொல்ல முடியாது. ஏனெனில் அவர்கள் தற்காப்பு என்ற வகையில்தான் எதிர்வினையாற்றுகின்றனர். வெள்ளையர்களின் இனவெறி மன உணர்வுகளை எதிர்க்க, நீக்ரோக்களின் ஆழ்மன நுண்ணறிவு அவர்களை கட்டாயப்படுத்துகிறது.

ஆனால், அமெரிக்காவின் மூர்க்கத்தனமான இனவெறி, தற்கொலைப் பள்ளத்தாக்கின் அதலபாதாளத்திற்கு அதனை கீழே தள்ளிவிட்டுவிடும். கல்லூரிகளிலும் பல்கலைக்கழகங்களிலும் பயின்று வரும் வெள்ளை இளம் தலைமுறை, அமெரிக்கா சந்திக்க உள்ள ஆபத்தை உணர்வார்கள் என்று நம்புகிறேன். ஆன்மிக மீட்சிக்காக இஸ்லாத்தை நோக்கி திரும்புவதோடு, மூத்த தலைமுறையை தங்களுடன் இணங்க கட்டாயப்படுத்துவார்கள்.

இனவெறி எப்பொழுதும் இட்டுச் செல்லும் தவிர்க்க முடியாத பேரழிவிலிருந்து தப்பிக்க வெள்ளை அமெரிக்காவுக்கு இருக்கும் ஒரே வழி இதுதான், ஹிட்லரின் நாஜி ஜெர்மனி இதற்கு சிறந்த சான்றாக உள்ளது.

இஸ்லாத்தை ஆழமாகப் புரிந்து கொண்டு என்னுடைய ஆன்மிகப் பாதையை செப்பனிட்டுக் கொள்ள இந்தப் புனித பயணம் உதவியது. அடுத்து சில நாட்களில் ஆஃப்ரிக்க பூர்வீக தேசத்திற்கு என்னுடைய பயணத்தை

தொடர்கிறேன். இன்ஷாஅல்லாஹ், மே 20 ஆம் தேதி நியூயார்க் திரும்புவதற்கு முன்பாக சூடான், கென்யா, டாங்குவான்யிகா, சான்சிபார், நைஜீரியா, கானா மற்றும் அல்ஜீரியா தேசங்களுக்கு சென்றிருப்பேன்.

இந்தக் கடிதத்தை நீங்கள் விரும்பிய வகையில் பயன்படுத்திக் கொள்ளுங்கள்.

அல்ஹாஜ் மாலிக் அல் ஷாபாஸ்
(மால்கம் X)

புனித ஹஜ் பயணத்தோடு இஸ்லாம் தொடர்பான தேடல்களை மட்டுப்படுத்திக் கொள்ளவில்லை மால்கம். வாய்ப்பு கிடைக்கும் போதெல்லாம் இஸ்லாமிய கல்வியை கற்றுக் கொள்ளும் வாய்ப்பை அவர் உருவாக்கிக் கொண்டார். 1964 ஆம் ஆண்டு ஜூலை 9 ஆம் தேதி ஆஃப்ரிக்காவுக்கு புறப்பட்டார். ஆஃப்ரிக்க தலைவர்களைச் சந்தித்து, கறுப்பர்களை இனப்பாகுபாடு காட்டி ஒடுக்கி வரும் அமெரிக்காவை ஐ.நா. அவையில் குற்றவாளிக் கூண்டில் நிறுத்துவதற்காக, ஆதரவு திரட்ட முனைந்தார். இந்தப் பயணத்தின் தொடக்கமாக எகிப்து தலைநகர் கெய்ரோவில் நடைபெற்ற ஆஃப்ரிக்க ஒற்றுமை சங்க மாநாட்டில் தன்னுடைய கோரிக்கையை முன் வைக்கத் தேவையான நடவடிக்கைகளை மேற்கொண்டார். ஜூலை 17 ஆம் தேதியிலிருந்து ஐந்து நாட்கள் நடைபெற்ற அந்த மாநாட்டில், ஏறக்குறைய 30க்கும் மேற்பட்ட ஆஃப்ரிக்க தலைவர்கள் கலந்து கொண்டனர். அவர்கள் அனைவரிடமும் தன்னுடைய கோரிக்கையை அறிக்கையாக அளித்தார். அமெரிக்காவின் இனவெறி நடவடிக்கைகளை ஐ.நா. அவையில் அம்பலப்படுத்தக் கோரும் அந்த அறிக்கையை பெரும்பாலான தலைவர்கள் வரவேற்றனர்.

18 வார நீண்ட பயணத்தின் ஒரு பகுதியாக ஏறக்குறைய ஒரு மாத காலம் மால்கம் எகிப்தில் தங்கி இருந்தார். ராஜாங்க ரீதியாக ஆஃப்ரிக்க தலைவர்களைச் சந்தித்த நேரம் போக, மீதி நேரங்களில் கெய்ரோவில் உள்ள பிரபலமான அல் அஸ்ஹர் பல்கலைக்கழகத்துக்குச் சென்று இஸ்லாமிய கல்வியைக் கற்றார். இதனைப் பாராட்டி அங்கீகரித்த, அல் அஸ்ஹர் பல்கலைக்கழக வேந்தர் ஷேக் அக்பர் ஹஸன் மஃமூன் அவர்கள், அமெரிக்காவில் அதிகாரப்பூர்வ 'இஸ்லாமிய

அழைப்பாளராக' செயல்பட தகுதிபெற்றவர் என மால்கமுக்கு சான்றிதழை வழங்கி கவுரவித்தார். மேலும், மால்கமின் புதிய இயக்கத்தைச் சேர்ந்த தொண்டர்களில், இஸ்லாமிய கல்வி கற்க விரும்புபவர்களுக்காக, 20 ஸ்காலர்ஷிப் வழங்கியும் அல் அஸ்ஹர் பல்கலைக்கழகம் அவரை கவுரவித்தது.

எகிப்திலிருந்து ஆஃப்ரிக்க நாடுகளுக்குச் செல்வதற்கு முன்பு சவூதி அரேபியாவுக்குச் சென்று மீண்டும் உம்ராவை நிறைவேற்றிய மால்கம், ராபிததுல் ஆலமில் இஸ்லாமி (Muslim World League) அமைப்பின் இயக்குநர் ஹுசைன் சிராஜ் அவர்களையும், சவூதி அரேபிய அரச குடும்பத்தின் ஆலோசகரும், முன்னாள் நிதியமைச்சருமான முஹம்மத் சுரூர் ஸப்பான் அவர்களையும் சந்தித்தார். அடிமையாக இருந்து விடுதலை செய்யப்பட்ட, வட ஆஃப்ரிக்காவை பூர்வீகமாகக் கொண்ட கறுப்பின வம்சத்தில் பிறந்து, தனது கல்வியால் சவூதி அரேபியாவின் நிதியமைச்சராக உயர்ந்த முஹம்மத் சுரூர் ஸப்பான் அவர்களிடம் ஒரு கோரிக்கையை வைத்த மால்கம், "அமெரிக்க கறுப்பின மக்களுக்கு நீங்கள் ஆதர்சமாக இருப்பீர்கள். உங்களுடைய பெயரில் ஹார்லெம் நகரில் பள்ளிவாசல் ஒன்றை நிர்மாணிக்க நான் எண்ணுகிறேன்..." என்றார்.

மால்கமின் இஸ்லாமிய அழைப்பிற்கான ஆர்வத்தை உள்வாங்கிக் கொண்ட ஸப்பான், "உங்களுடைய முயற்சியில் அல்லாஹ் வெற்றியை அளிக்கட்டும் மால்கம்... தற்போது மதீனா பல்கலைக்கழகத்தில் இஸ்லாமிய கல்வி கற்பதற்கான 15 ஸ்காலர்ஷிப் வழங்குகிறோம். அதேபோல, அரபு மொழியும் ஆங்கில மொழியும் நன்கு தெரிந்த இஸ்லாமிய பேராசிரியரையும் அமெரிக்காவுக்கு அனுப்பி வைக்கிறோம். கறுப்பினத்தைச் சேர்ந்தவரான அவர் உங்கள் அமைப்பின் உறுப்பினர்களுக்கு இஸ்லாமியக் கல்வியையும் அரபு மொழியையும் பயிற்றுவிப்பார்..." என கனிவாகப் பதிலளித்தார்.

முஹம்மத் சுரூர் ஸப்பான் அவர்களின் ஏற்பாட்டில், இஸ்லாமிய கொள்கைகளைக் கற்றுக் கொடுக்க சூடானைச் சேர்ந்த பேராசிரியர் ஷெய்க் அஹ்மது ஹஸன் அவர்கள் அமெரிக்காவுக்கு வந்தார். மால்கம் X சுட்டுக் கொல்லப்பட்ட அன்றைய தினத்தில், அந்த

நிகழ்ச்சியில் பேராசிரியர் ஷெய்க் அஹ்மது ஹஸன் அவர்கள் இருந்ததும் குறிப்பிடத்தக்கது.

எகிப்து அல் அஸ்ஹர் பல்கலைக்கழகம் 20 ஸ்காலர்ஷிப் வழங்கிய நிலையில், மேலும் 15 ஸ்காலர்ஷிப் கிடைத்தது மால்கமுக்கு மிகுந்த மகிழ்ச்சியைத் தந்தது. ஆண்டுக்கு 35 அமெரிக்க கறுப்பர்கள், இஸ்லாத்தை அதன் தூய வடிவில் கற்றுக் கொண்டு, அமெரிக்காவில் இஸ்லாத்தின் பரவலுக்கு உயிர்த்துடிப்போடு பணியாற்றும் வாய்ப்பை உருவாக்கி மகிழ்ந்தார் மால்கம்.

3

அரசியலற்ற அமைப்பிலிருந்து தீவிர அரசியல் இயக்கத்திற்கு...

அரசியல் பேசிக் கொண்டு ஓட்டுக் கேட்க வரும் எந்தத் தலைவரையும் நாங்கள் விரும்பவில்லை. தேர்தல் காலங்களில் பொய்யான வாக்குறுதிகளை அள்ளி வீசும் இவர்கள்தான், நமது உரிமைகளை காலில் போட்டு மிதித்த இவர்கள்தான், ஜனநாயகக் கட்சியிலும் இருக்கின்றனர்; குடியரசுக் கட்சியிலும் இருக்கின்றனர்.

– மால்கம் X, மே 28, 1960

மால்கம் X என்ற உரு மூன்றாம் உலக நாடுகளின் நம்பிக்கை நட்சத்திரமாகவும், ஒடுக்கப்பட்ட மக்களின் போராட்ட வடிவமாகவும் பார்க்கப்படுகின்றது. மத, மொழி, இன சிறுபான்மையாக வாழும் மக்களின் அரசியலை வடிவமைக்கும் சிந்தனையாளர்களின் முன்னோக்கு திசையாக மால்கம் X விளங்கி வருகிறார். சர்வாதிகாரம், அடக்குமுறைக்கு எதிராக கிளர்ந்தெழும் ஒவ்வொருவருக்கும் மால்கம் X உந்துதல் அளிக்கும் ஆதர்ச தலைவராகவே காட்சியளிக்கிறார். இன்றும்கூட அமெரிக்க இளைஞர்களின் கலகக் குரலாக மால்கமின் கொடி உயர்த்தப்படுகிறது.

இந்தப் பிம்பமெல்லாம், அவர் கொல்லப்படுவதற்கு ஒரு சில ஆண்டுகளுக்கு முந்தைய நாட்களில் அவர் மேற்கொண்ட அரசியல் செயல்பாடுகளால் உருவானதே. ஆனால் ஏறக்குறைய வாழ்நாளில் மூன்றில் ஒரு பங்கு காலத்தை அரசியலுக்கு

அப்பாற்பட்டு நின்றே களமாடி இருக்கிறார் மால்கம். இது ஒரு வியப்பான, குரூரரமான முரண்தான்.

ஒருவேளை மால்கம் என்ற ஆற்றல்மிக்க பேச்சாளன், நேஷன் ஆஃப் இஸ்லாம் அமைப்பில் இருந்து வெளியேற்றப்படாமல் இருந்திருந்தால், அவர் பெயர் வரலாற்றில் இடம்பெற்றிருக்க வாய்ப்பே இல்லாமல் போயிருக்கலாம். ஆனாலும் அவர் கொல்லப்படாமல் இருக்க வாய்ப்பே இல்லை. கொலை வாள், அவர் தலைக்கு மேலே ஆடிக் கொண்டுதானிருந்தது. அவரின் வரலாற்றுப் பாத்திரத்தை அறிய கொலை ஒன்றே போதுமானதாக இருக்கிறது.

இந்திய தேசத் தந்தை மகாத்மா காந்தியை சுட்டுக் கொன்ற இந்துத்துவ சக்திகள், பத்து முறை முயன்று 11 ஆவது முறை அவரை மண்ணில் வீழ்த்தினர். அதேபோல, 1965 ஆம் ஆண்டு, பிப்ரவரி 21 ஆம் தேதி ஆதுபோன் அரங்கில் உரையாற்றிக் கொண்டிருக்கும் போது சுட்டுக் கொல்ல முடியாமல் போயிருந்தால், இன்னொரு நாளில் மால்கமைக் கொன்று தீர்த்து மகிழ்ந்திருப்பார்கள் வெள்ளை இனவெறியர்கள். மால்கமின் மரண தேதியை விரைவுபடுத்தியது அவரின் தெளிவான அரசியல் நடவடிக்கைகளே.

நேஷன் ஆஃப் இஸ்லாம் அமைப்பிலிருந்து வெளியேற்றப்பட்ட பின்பு, மரபான இஸ்லாத்தை தீவிரமாக கடைப்பிடிக்கத் தொடங்கி இருந்தாலும், அமெரிக்காவில் முஸ்லிம்களின் இருப்பின் எதார்த்தத்தை உணர்ந்து, ஒட்டுமொத்த கறுப்பர்களுக்கான போராட்ட அரசியல் பாதையையே அவர் தேர்ந்தெடுத்தார். இது வெள்ளை இனவெறியர்களை கலக்கமடையச் செய்தது. இந்தப் பாதையில், தன்னுடைய பரம எதிரியான மார்ட்டின் லூதர் கிங்-குடன் அவர் கைகோர்த்ததை தேசப் பாதுகாப்புக்கு மிகுந்த அச்சுறுத்தலாக அமெரிக்க உளவுத்துறை கருதியது. அமெரிக்க அரசியல் வானில் சுட்டெரிக்கும் சூரியன் உதிக்கத் தொடங்கி விட்டதாக அச்சத்துடன் நோக்கினர் வெள்ளை இனவெறியர்கள். வன்முறையை தீர்க்கமாக ஆராதித்த மால்கம் X அவருடைய 39 வயதில் படுகொலை செய்யப்பட்டது போலவே, அகிம்சையை தீர்க்கமாக ஆராதித்த, மால்கமை விட நான்கு வயது இளையவரான மார்ட்டின் லூதர் கிங்கும்,

அதே வயதில் படுகொலை செய்யப்பட்டார் என்பது அமெரிக்க வரலாற்றின் இனவெறியை புரிந்து கொள்வதற்கான லிட்மஸ் பக்கங்களாகும். அறப்போரோ, ஆயுதப் போரோ இரண்டுமே ஒன்றுதான் ஆதிக்க சக்திகளுக்கு!

குடியுரிமைப் போராட்டமும் மால்கமும்

மால்கம் சிறையிலிருந்து வெளியே வந்த 1950களில், அமெரிக்காவில் கறுப்பர்களின் நிறவெறிக்கு எதிரான போராட்டம் தீவிரமடையத் தொடங்கியிருந்தது. அப்போது அமெரிக்காவில் ஒரு மரத்துண்டு மிகவும் சக்தி வாய்ந்ததாக இருந்தது. 'கறுப்பர்கள் இங்கே நுழைய அனுமதி இல்லை' என்ற பொறிக்கப்பட்டிருந்த மரப் பலகைதான் அது. கறுப்பர்களுக்குத் தனிப் பள்ளிக்கூடங்கள், உணவகங்களில் அமர்ந்து உணவருந்த கறுப்பர்களுக்கு அனுமதி மறுப்பு, பூங்காக்கள், நூலகங்கள் போன்ற பொது இடங்களில் கறுப்பர்கள் நுழைய தடை என இரண்டாம் தர குடிமக்களைவிட கீழானவர்களாக கறுப்பர்கள் நடத்தப்பட்டனர்.

இன ஒதுக்கலை சகித்து சகித்து குமைந்து பொங்கி எழுந்தாலும், கறுப்பர்கள் அகிம்சை வழியிலேயே தங்கள் உரிமைகளை நிலைநிறுத்தப் போராடினர். ஆர்ப்பாட்டம், பேரணி, துறைசார் அதிகாரிகளிடம் முறையீடு என ஜனநாயக வழியிலேயே தங்கள் கோரிக்கைக்களை அரசின் கவனத்துக்கு கொண்டு சென்றனர். அமெரிக்க குடிமக்களாக பெயரளவில் இருந்தாலும் வெள்ளை இன மக்களுக்கு கிடைக்கும் குடியுரிமைகள் கறுப்பர்களுக்கு கிடையாது. அதனை வழங்கக் கோரி, ஏராளமான குடியுரிமை அமைப்புகள் செயல்பட்டு வந்தன.

1. *National Association for the Advancement of Colored People - NAACP (கறுப்பர்கள் முன்னேற்றத்திற்கான சங்கம்)*
2. *Congress of Racial Equality - CORE (இன சமத்துவ காங்கிரஸ்)*
3. *Southern Christian Leadership Conference - SCLC (தெற்கு கிறிஸ்துவ தலைமை மாநாடு)*

4. Nation Of Islam - NOI (நேஷன் ஆஃப் இஸ்லாம்)

இவற்றில் அருட்திரு மார்ட்டின் லூதர் கிங் தலைமை வகித்த SCLC அமைப்பு முன்னணி வகித்தது. குழுச் சண்டை, கொள்கை முரண்பாடுகள் இருந்தாலும் குடியுரிமை அமைப்புகள் தங்களுக்குள் ஒத்துழைப்பை வழங்கி வந்த நிலையில், மால்கம் அங்கம் வகித்த நேஷன் ஆஃப் இஸ்லாம் அமைப்பு மட்டும் எப்போதும் தனித்தே இயங்கி வந்தது. எந்த விவகாரத்திலும் மற்ற குடியுரிமை அமைப்புகளோடு இணக்கமாக செயல்பட முடியாத அமைப்பாக தனித்தும் தனித்துவமாகவும் இயங்கி வந்தது. மற்ற அமைப்புகளுக்கு கிறிஸ்தவர் தலைமை தாங்க, NOI அமைப்புக்கு இஸ்லாமியர் தலைமை தாங்கியது மட்டும் இதற்கு காரணமல்ல. குடியுரிமை அமைப்புகளுக்கும் நேஷன் ஆஃப் இஸ்லாம் அமைப்புக்கும் கொள்கை மற்றும் செயல்பாடுகளில் பாரிய வேறுபாடு இருந்தது.

முதல் வேறுபாடு: குடியுரிமை அமைப்புகள் அனைத்தும் கறுப்பர்களின் உரிமைகளைப் பெற ஜனநாயக அடிப்படையில் போராடிய அதேவேளை, வெள்ளை இனத்துடன் 'ஒன்றிணைந்து (Desegregation)' வாழ்வதற்கே அதிக முக்கியத்துவம் அளித்தன. அமெரிக்காவில் 'கெட்டோ' என்றழைக்கப்பட்ட சேரிகளில்தான் கறுப்பர்கள் வாழ முடியும், அங்குதான் வாழ்ந்தனர். வெள்ளை இன குடியிருப்புகளுக்கு அருகில் கறுப்பர்கள் வசிக்க முடியாது. நம்மூரில் சேரிகள் ஊருக்கு வெளியே தனித்திருப்பதைப் போல... அப்படி ஒன்றிரண்டு கறுப்பின குடும்பங்கள் வசித்தால், அந்தக் குடியிருப்பையே காலி செய்து விட்டு வெள்ளையர்கள் அகன்று விடுவர். அந்தளவுக்கு கறுப்பர்களை தீண்டத்தகாதவர்களாக வெறுத்தனர் வெள்ளையர்கள். அமெரிக்க வெள்ளைச் சமூக அமைப்பே கறுப்பர்களை 'விலக்கி வைக்கும் (Segregation)' ஆங்காரத்துடன் செயல்பட்டு வந்த நிலையில், அது அவமானமாகவோ இகழ்ச்சியாகவோ தெரியாமல், எப்படியாவது வெள்ளையனோடு வெள்ளையனாக ஐக்கியமாகிவிட வேண்டுமென்றே கறுப்பு மனங்கள் விரும்பின.

இதற்கு எதிரான மனநிலையுடன் செயல்பட்டது நேஷன் ஆஃப் இஸ்லாம் அமைப்பு. வெள்ளையர்களோடு 'ஒன்றிணைந்து' வாழ அந்த அமைப்பு விரும்பவில்லை. 'விலகி' செயல்படவும்

விரும்பவில்லை. மாறாக 'தனித்து (Seperation)' செல்லவே விரும்பியது. 1960 ஆம் ஆண்டு மே 28 ஆம் தேதி ஹார்லெம் நகரில் நடைபெற்ற சுதந்திரப் பேரணியில் உரையாற்றிய மால்கம் இதை தெளிவுபடுத்தினார்.

சகோதரத்துவத்தில் நம்பிக்கை கொண்ட நாங்கள், முஸ்லிம்களான நாங்கள் வெள்ளையர்களோடு 'ஒன்றிணைதலில்' நம்பிக்கை வைக்கவில்லை. அன்பின் அடிப்படையில் அமைவது சகோதரத்துவம். நல்லெண்ணத்தின் அடிப்படையில் தாமாக பரஸ்பரம் நற்செயல்களைச் செய்ய இந்த அன்பு ஊக்குவிக்கும். ஆனால் 'ஒன்றிணைதல்' நயவஞ்சகத்தைத்தான் உற்பத்தி செய்யும். 'தாராளவாதி'யாக தன்னைக் காட்டிக் கொள்ள, உண்மைக்கு மாறாக, பொய்யாக நடிக்க வெள்ளையர்கள் நிர்ப்பந்திக்கப்படுவார்கள்.

நீங்கள் ஒன்றிணைதலில் காட்டும் ஆர்வத்தை, தன் மகளைத் திருமணம் செய்ய கறுப்பினத்தவன் ஆர்வம் காட்டுகிறான் என்பதாகத்தான் வெள்ளையன் புரிந்து கொள்வான். வெள்ளைப் பெண்களை மணமுடிக்க கறுப்பர்கள் விரும்பவில்லை. முஸ்லிம்களாகிய நாங்கள் இதை கடுமையாக எதிர்க்கிறோம்.

அதிபர் லிங்கன் காலத்திலேயே நமக்கு விடுதலை வழங்கப்பட்டு விட்டதாக கூறப்பட்டாலும், இன்றும் 'வெள்ளையர்களின் துயரம்' என கறுப்பர்களை அழைக்கின்றனர். முஸ்லிம்களாகிய நாங்கள் வெள்ளையர்களின் துயரமாக இருக்க விரும்பவில்லை. எங்களுக்கு தனியாக நிலத்தை ஒதுக்கி கொடுத்தால், எங்களை நாங்களே ஆண்டுகொள்கிறோம்.

இரண்டாவது வேறுபாடு: குடியுரிமை அமைப்புகள் அனைத்தும் கறுப்பர்களின் உரிமைகளைப் பெற அகிம்சை வழிமுறையையே பின்பற்றின. அகிம்சை வழியிலான போராட்டங்கள் என்பது வெற்றுக்கூச்சல் என்பதுதான் நேஷன் ஆஃப் இஸ்லாம் அமைப்பின் நிலைப்பாடாகும்.

அமெரிக்க வெள்ளைச் சமூகம் வெறுமனே இனப்பாகுபாடு காட்டும் சமூகமாக மட்டும் இருக்கவில்லை. கறுப்பர்களை

திட்டமிட்டு கொலை செய்யும் பயங்கரவாத அமைப்புகள் வெள்ளைச் சமூகத்தில், வெளிப்படையாக செயல்பட்டு வந்தன. கூ கிளக்ஸ் கிளான், பிளாக் லீஜியன், வெள்ளை குடிமக்கள் கவுன்சில் போன்ற அமைப்புகள் கறுப்பர்களைக் கொல்வதையும் அவர்களின் வாழ்வாதாரங்களைச் சூறையாடுவதையும் அச்சமின்றி செய்து வந்தன. இந்த மாபாதகங்களில் எந்த இடையூறுமின்றி இலக்கு நிர்ணயித்து செயல்பட்டு வந்தன. குறிப்பாக கறுப்பின குடியுரிமை அமைப்புகள் ஒருங்கிணைக்கும் போராட்டங்களில் பங்கேற்றாலோ, கறுப்பர்களை வாக்காளர் பட்டியலில் சேர்ப்பதற்காக இயக்கம் கட்டினாலோ அவர்களை கட்டம் கட்டி பழிதீர்த்தன வெள்ளைப் பயங்கரவாத அமைப்புகள்.

குடியுரிமை அமைப்புகளில் இணைந்து செயல்படும் கறுப்பர்களின் வேலையைப் பறிப்பது, அவர்களுக்கு வங்கிக் கடன் கிடைக்காமல் செய்வது, காப்பீட்டை ரத்து செய்வது என அடாவடிகளை கட்டவிழ்த்து விட்டனர். இதன் உச்சகட்டமாக, குடியுரிமை அமைப்புகளின் செயல்பாடுகளில் ஆர்வம் காட்டும் தன்னார்வலர்களைப் பற்றி நாளிதழ்களில் விளம்பரம் செய்து, வெள்ளையர்களின் மத்தியில் துவேஷத்தை தூண்டி விட்டனர். கறுப்பர்களின் போராட்டங்களுக்கு ஆதரவு அளிக்கும் லிபரல் வெள்ளையர்களைக்கூட கொல்லத் துணிந்தவர்கள்தான் இந்த பயங்கரவாதிகள். இந்த பயங்கரவாத அமைப்புகளுக்கு மாகாண அரசுகளின் ஆதரவும் இருந்தது. இப்படிப்பட்டவர்களிடம்தான் 'ஒரு கன்னத்தில் அறைந்தால், மறு கன்னத்தைக் காட்ட' வலியுறுத்தின குடியுரிமை அமைப்புகள்.

1963 ஆம் ஆண்டு செப்டம்பர் 15 ஆம் தேதி பர்மிங்ஹாம் நகரின் 16 ஆவது தெருவில் உள்ள பாப்திஸ்ட் தேவாலயத்தில் பயங்கர குண்டு வெடித்து நான்கு கறுப்பினச் சிறுமிகள் கொல்லப்பட்டனர். மார்ட்டின் லூதர் கிங் ஒருங்கிணைத்த அறவழிப் போராட்டங்களின் கேந்திரமாக இந்தத் தேவாலயம் செயல்பட்டதே குண்டு வெடிப்புக்கு காரணம். சிறுமிகளின் இறுதிச் சடங்கில் உரையாற்றிய மார்ட்டின் லூதர் கிங், கொதித்துப் போயிருந்த கறுப்பர்களை இப்படித்தான் ஆற்றுப்படுத்தினார்:

> *இந்தச் சோக தருணத்தில் நான் ஒன்றைச் சொல்லிக் கொள்ள விரும்புகிறேன். நாம் ஆற்றாமையால் வருந்த வேண்டிய*

அவசியமில்லை. நாம் கசப்புணர்வை வளர்த்துக் கொள்ள வேண்டிய அவசியமில்லை. வன்முறை மூலம் பழிக்குப் பழி வாங்க ஆவல் கொள்ள வேண்டிய அவசியமில்லை. நாம் நம் வெள்ளைச் சகோதரர்கள் மீது நம்பிக்கை இழக்கத் தேவையில்லை. மனிதர்களின் கண்ணியத்தையும் சுயமரியாதையையும் நாம் மதிக்க வேண்டும்.

மற்ற அமைப்புகள் அகிம்சையை தங்கள் கொள்கையாகக் கடைப்பிடிக்க, NOI அமைப்பு மட்டும் அகிம்சை கொள்கையை ஆதரிக்கவில்லை. அதற்கு நேரெதிராக, அமெரிக்க அரசின் பாதுகாப்பை மட்டும் நம்பியிராமல், இனவெறியர்களிடமிருந்து சுயமாகத் தற்காத்துக் கொள்ள கறுப்பர்களுக்கு தற்காப்பு கலைகளைக் கற்றுக் கொடுத்து. அறவழிப் போராட்டங்களை இகழ்ந்து உரையாற்றி வந்ததால், உணர்ச்சியைத் தூண்டி வெறுப்பை போதிக்கும் போதகர் என மால்கமை வெள்ளை இனவெறியர்கள் தூற்றினர். அமெரிக்க மாதிரியைக் கொண்டே இதற்கு பதிலடி கொடுத்து இனவெறியர்களின் வாய்களை அடைத்தார் மால்கம்.

உங்களுடைய தாய் கற்பழிக்கப்பட்டால், நீங்கள் உணர்ச்சி வசப்படக்கூடாது. கடைத் தெருவில், ஒரு வெள்ளையன் உங்கள் சகோதரியின் கன்னத்தில் காரணமே இல்லாமல் அறைந்தால், நீங்கள் உணர்ச்சி வசப்படக்கூடாது.

வெள்ளையனின் இந்த அடாவடித்தனங்களையும் அக்கிரமங்களையும் தக்க ஆதாரங்களோடு நாம் வெளிப்படுத்தினால், வெறுப்பை போதிப்பவர்களாக நம்மை அடையாளப்படுத்துகிறான் வெள்ளையன்.

வெள்ளையன் உங்களை ஏமாற்றுகிறான். திசை திருப்புகிறான். தெற்கு வியட்னாமில் அமெரிக்கப் படைகள் இறங்குவதை அவன் ஒரு காலமும் வன்முறை என்று அழைப்பதில்லை.

அமெரிக்கப் படைகள் பெர்லினில் கால் பதிப்பது வன்முறை இல்லை. ஜப்பானியர்கள் பேர்ல் துறைமுகத்தை தாக்கியவுடன், அகிம்சையை அமெரிக்கா போதிக்கவில்லை. 'கடவுளின் பெயரால் ஆயுதங்களை எடுங்கள்' என அமெரிக்க தேசம் கட்டளையிட்டதா, இல்லையா?

ஆனால் யாராவது உங்களை தாக்கினால், ஒரு கறுப்பனை தாக்கினால், குண்டாந்தடியால் அடிக்க வந்தால், கயிற்றால் பிணைக்க வந்தால், துப்பாக்கியால் சுட வந்தால், வெள்ளையன் உங்களிடம் சொல்வான்:

'அமைதியாக பொறுத்துக் கொள்ளுங்கள்'. 'உங்களை வருந்தச் செய்தவர்களுக்காக தேவனை பிரார்த்தனை செய்யுங்கள்' - இப்படித்தான் நமக்கு போதனை செய்கிறார்கள். காலம் காலமாக நாம் வேதனைப் பட்டுக் கொண்டே இருக்கிறோம். எவ்வளவு காலத்துக்கு நாம் இப்படியே வேதனைகளை அனுபவிப்பது? 400 ஆண்டு காலம் ஓடிவிட்டதே...

மூன்றாவது வேறுபாடு: குடியுரிமை அமைப்புகள் அனைத்தும் கறுப்பர்களின் உரிமைகளைப் பெற அரசியல் ரீதியான தீர்வுகளை நோக்கி நகர்ந்தன. ஆனால் நேஷன் ஆஃப் இஸ்லாம் அமைப்போ முற்றிலுமாக அரசியல் நீக்கம் செய்யப்பட்ட அமைப்பாக செயல்பட்டு வந்தது. அமெரிக்க ஐக்கிய ராச்சியத்தின் மீது நம்பிக்கை இழந்ததால்தான் தனிநாடு கோரிக்கையையே அந்த அமைப்பு முன்வைத்தது. அமெரிக்க காவல்துறை கறுப்பர்களுக்கு பாதுகாப்பு தராது, பாதுகாப்பு தராதது மட்டுமல்ல, கறுப்பர்களைக் குறி வைத்து கொலை செய்வதே காவல்துறைதான் என்பதால், சுயபாதுகாப்பில் மட்டுமே நம்பிக்கை வைத்து, இயக்கத் தொண்டர்களுக்கு தற்காப்புக் கலைகளை கற்றுத் தந்தது. இப்படி இருக்கையில் அமெரிக்க அரசியல் அமைப்பின் மீதும் அரசியல்வாதிகளின் மீதும் நேஷன் ஆஃப் இஸ்லாம் அமைப்புக்கு நம்பிக்கை வருமா?

இரண்டு கட்சி ஆட்சி முறையைக் கொண்ட அமெரிக்க அரசியலில் ஜனநாயகக் கட்சி ஆட்சிக்கு வந்தாலும் சரி, குடியரசு கட்சி ஆட்சிக்கு வந்தாலும் சரி, அந்த இரு கட்சிகளிலுமே வெள்ளை இனவெறியர்கள்தான் ஆதிக்கம் செலுத்தி வந்தனர். கறுப்பர்களை கவர்வதற்காக அள்ளி வீசும் வெற்று வாக்குறுதிகளால், பெரும்பான்மை வெள்ளை வாக்குகளை இழக்க இரண்டு கட்சிகளும் விரும்புமா என்ன? கறுப்பர்களுக்கு நல்லவை நாடும் எந்த மசோதாவையும் சட்டமாக்காமல் முடக்கிப் போட்டு வந்ததே இவர்கள்தான்.

அப்படி ஏதாவதொரு சட்டம் கறுப்பர்களுக்கு ஆதரவாக இயற்றப்பட்டாலும் அதன் பலனை கறுப்பர்கள் அடைய விடாமல் பார்த்துக் கொண்டனர். இதனால் வெறுத்துப் போன நேஷன் ஆஃப் இஸ்லாம் தொண்டர்கள் தேர்தலில் வாக்களிப்பதுகூட கிடையாது.

அரசியல் பேசிக் கொண்டு ஓட்டுக் கேட்க வரும் எந்த தலைவரையும் நாங்கள் விரும்பவில்லை. தேர்தல் காலங்களில் பொய்யான வாக்குறுதிகளை அள்ளி வீசும் இவர்கள்தான், நமது உரிமைகளை காலில் போட்டு மிதித்த இவர்கள்தான், ஜனநாயகக் கட்சியிலும் இருக்கின்றனர்; குடியரசுக் கட்சியிலும் இருக்கின்றனர்.

நேஷன் ஆஃப் இஸ்லாம் அமைப்பு இந்த மூன்று அடிப்படை வேறுபாடுகளையும் ஒரே புள்ளியில் இணைத்தது. அதாவது மதம்தான் கறுப்பர்களுக்கு விடுதலையைத் தரும், அரசியல் அல்ல என்பதில் உறுதியாக இருந்தது. அடிமைத்தனத்தை விரும்பி ஏற்றுக் கொண்டு, ஒரு கன்னத்தில் அறைந்தால் மறு கன்னத்தை காட்டி, இந்தப் பூமியில் வெள்ளையர்களுக்கு அடிமை ஊழியம் செய்து, நாளை இறப்புக்குப் பின் சொர்க்கத்தில் சுகமாக வாழலாம் என நம்பும் கிறிஸ்தவ மதத்தால் ஒரு போதும் அடிமைத்தளையை அறுத்தெறிய முடியாது என்பதில் உறுதியாக இருந்தது அந்த அமைப்பு.

அகிம்சை வழியிலான, அரசியல் ரீதியிலான தீர்வுகள் மூலம் வெள்ளையர்களோடு ஒன்றிணைந்து விட முடியும் என நம்பிக் கொண்டிருந்த குடியுரிமை அமைப்புகளின் தலைவர்கள் கறுப்பர்களை ஏமாற்றி வருவதாக மால்கம் சாடினார். கறுப்பர்களுக்கு விடுதலைப் பாதையை காண்பிக்கும் ஒரே தலைவர் எலிஜா முஹம்மது, ஒரே மதம் இஸ்லாம் என்பதில் அவர் திடமாக இருந்தார்.

வெள்ளையர்களோடு ஒன்றிணைதலுக்கு ஆதரவாக அளிக்கப்பட்ட நீதிமன்ற தீர்ப்புகள் நம்மை ஆழ்ந்த உறக்கத்திலேயே வைத்திருக்கும். குடியுரிமை தொடர்பான சட்டங்களை நிறைவேற்றுவதாக அரசியல்வாதிகள் அளிக்கும் நயவஞ்சகத்தனமாக வாக்குறுதிகள் 'பண்டைய' அடிமைத்தனத்திலிருந்து 'நாகரிக' அடிமைத்தனத்திற்கே

நம்மை முன்னேற்றிச் செல்லும். நம்முடைய இந்த நிலையை இரண்டாயிரம் ஆண்டுகளுக்கு முன்பே, தீர்க்கதரிசனமாக கணித்திருக்கிறார் இயேசு கிறிஸ்து.

சத்தியத்தை உங்களிடம் போதிக்கும் மீட்பர் வருவார். அவர் சத்தியத்தை உங்களிடம் போதிப்பார். சத்தியத்தைக் கொண்டு உங்களை வழிநடத்துவார். சத்தியத்தைக் கொண்டு உங்களைப் பாதுகாத்து, உங்களை விடுவிப்பார்.

சகோதர சகோதரிகளே, அந்த மீட்பர் – இயேசு கிறிஸ்துவால் நற்செய்தி கூறப்பட்ட அந்த மீட்பர் – வந்து விட்டார். அமெரிக்காவில் வந்துதித்த அந்த மீட்பர்தான் எலிஜா முஹம்மது.

வாக்குறுதி அளிக்கப்பட்ட அந்த மீட்பர் வருவது, முஸ்லிம்களுக்கு அவர் சத்தியத்தை போதனை செய்வது, அந்த சத்தியமே கறுப்பர்களை விடுதலை செய்யும் என்பது வெள்ளையர்களுக்கு தெரியும். அதனால், 'இஸ்லாம்' என்ற சத்தியத்தை கறுப்பர்கள் அறிய விடாமல் வெள்ளையர்கள் மறைத்தே வைத்திருந்தனர். அறியாமையின் இருளிலேயே நம்மை முடக்கி வைத்திருந்தனர்.

நானூறு ஆண்டுகளாக நாம் எந்த மதத்தைப் பற்றியும் அறிந்து விடாமல் அறியாமையின் இருளிலேயே தள்ளப்பட்டிருந்தோம். வெள்ளையர்களின் மதமான கிறிஸ்தவ மதமே நம்முடைய மதம் என நம்ப வைக்கப்பட்டிருந்தோம். குறிப்பாக இஸ்லாம் மதத்தை நம் கண்களிலேயே காட்டவில்லை.

இந்தக் காரணங்களால்தான் சக்தி வாய்ந்தவனான அல்லாஹ், அமெரிக்காவின் ஒடுக்கப்பட்ட மக்கள் மத்தியில் மரியாதைக்குரிய எலிஜா முஹம்மது அவர்களை எழுந்தருளச் செய்திருக்கிறான். 'இஸ்லாம்' என்ற சத்தியத்தை – கலப்படமில்லாத உண்மையை – கறுப்பர்களை விடுவிக்க வந்த மார்க்கமான இஸ்லாத்தை போதனை செய்ய இறைவன் அவரைப் பணித்துள்ளான்.

அலபாமா மாகணத்தில் தலைவிரித்தாடிய இனப்பாகுபாட்டை முடிவுக்கு கொண்டு வர, மார்ட்டின் லூதர்கிங் தலைமையில்

பல்வேறு போராட்டங்கள் முன்னெடுக்கப்பட்டன. 1963 ஆம் ஆண்டின் ஏப்ரல் - மே மாதங்களில் சாரை சாரையாக பள்ளி மாணவர்கள் போராட்டங்களில் பங்கேற்றனர். நாள்தோறும் தொடர்ந்த போராட்டங்களில் பங்கெடுத்து நூற்றுக் கணக்கான மாணவர்களும் பெற்றோர்களும் கைதாகி சிறையை நிரப்பினர். இந்தத் தொடர் போராட்டங்களின் உச்சக்கட்டமாக மே 3 ஆம் தேதி நடைபெற்ற மாணவர்களின் பேரணி கலவரத்தில் முடிந்தது. தீயை அணைக்கும் வாகனங்களில் இருந்து மாணவர்கள் மீது தண்ணீரை பீய்ச்சி அடித்தும், நாய்களை ஏவி விட்டும், காவல்துறையினர் போராட்டத்தை முடிவுக்கு கொண்டு வந்தனர். கொதித்தெழுந்த கறுப்பர்களை, காவலர்களே கொலையாளிகளாக மாறி துவம்சம் செய்தனர்.

பள்ளிச் சீருடையில் இருக்கும் மாணவரை போலீஸ் நாய் கவ்வும் புகைப்படமும் தண்ணீரைப் பீய்ச்சி அடித்து மாணவர்களை நிலைகுலையச் செய்த புகைப்படமும் உலகை உளுக்கியது. அமெரிக்கா முழுவதும் கறுப்பர்களிடம் ஒருவித கோப அலை அனலைக் கக்கி, வெடிக்கக் காத்திருக்கும் எரிமலை போல குமுறிக் கொண்டிருந்தது. கறுப்பர்களின் எழுச்சியை அரசியல் திரட்சியாக மாற்றி, குடியுரிமை மசோதாக்களை நாடாளுமன்றத்தில் நிறைவேற்ற அரசியல்வாதிகளுக்கு அழுத்தம் கொடுக்கலாம் என குடியுரிமை அமைப்புகளின் தலைவர்கள் சிந்தித்தனர். அந்தச் சிந்தனையின் விளைவாக முகிழ்ந்ததுதான் ‘வாஷிங்டன் பேரணி’.

> *‘வேலை, விடுதலை’ என்ற முழக்கங்களுடன் 1963 ஆம் ஆண்டு ஆகஸ்ட் 28 ஆம் தேதி தலைநகர் வாஷிங்டன் நகரில் நடத்தப்பட்ட கறுப்பர்களின் பிரம்மாண்ட பேரணி வரலாற்றில் இடம் பிடித்தது. இந்தப் பேரணியின் நிறைவில் மார்ட்டின் லூதர் கிங் ஆற்றிய, ‘எனக்கு ஒரு கனவிருக்கிறது’ என்ற உரை உலகப் புகழ் பெற்ற உரையாக இன்று வரை போற்றப்படுகிறது. அமெரிக்க கறுப்பர்களின் வரலாற்றில் முக்கிய அரசியல் திருப்புமுனையாக கருதப்பட்ட இந்தப் பேரணியைக்கூட நேஷன் ஆஃப் இஸ்லாம் அமைப்பால் சகித்துக் கொள்ள முடியவில்லை.*

அமைதியாக இரு. இங்கிதத்துடன் நடந்து கொள். சட்டத்தை மதித்து நட. அனைவருக்கும் மரியாதை கொடு. ஆனால், உன் மீது யாராவது கை வைத்தால், அவனை கல்லறைக்கு அனுப்பி விடு. இப்படி போதிக்கும் மதம்தான் சரியான மதமாக இருக்க முடியும். உண்மையில் இதுதான் ஆதி மதமாக இருக்க வேண்டும். ஆனால், நம்மை அடிமையாக வைத்திருந்த வெள்ளையன், இந்த மதத்தை இதுவரை நமக்கு போதிக்கவில்லை. நம்மை அடிமையாகவே வைத்திருக்க அமெரிக்க வெள்ளையன் கையாண்ட வழிமுறை இது. வெள்ளையன் ஓர் ஓநாய். நீங்களெல்லாம் ஆடுகள். வெள்ளையனை விட்டு விலகி ஓடி விடக்கூடாது, வெள்ளையனோடு சண்டை போடக்கூடாது என்றே மேய்ப்பரான கிறிஸ்தவப் பாதிரியார் நமக்கு போதிக்கிறார். மேய்ப்பர்களெல்லோரும் நம்மைப் பொறுத்தவரை துரோகிகள்தான்.

இந்த நீக்ரோ தலைவர்கள் கறுப்பினப் புரட்சியின் பங்காளர்களாக இல்லை, பகையாளிகளாகவே இருக்கின்றனர். வெள்ளையர்களும் கறுப்பர்களும் இணக்கமாக வாழ, சிறந்த தீர்வாக முன்வைக்கப்பட்ட 'ஒன்றிணைதல்' கொள்கை முழுமையாக செயல்படுத்தப்படாத நிலையில், மார்ட்டின் லூதர் கிங்கின் போராட்டம் தோல்வியைத் தழுவியுள்ளது. மார்ட்டின் லூதர் கிங் ஒரு தலைவர் என்ற முறையில் திவாலாகிவிட்டார். அவருடைய SCLC அமைப்பும் பொருளாதார ரீதியாக திவாலாகி விட்டது. இதேபோல தேசிய அளவில் முன்னிறுத்தப்பட்ட மற்ற குடியுரிமை அமைப்புகளின் தலைவர்களின் பிம்பங்களும் உடைந்து நொறுங்கி விட்டன. மக்களிடம் தாக்கம் செலுத்தும் வல்லமையை இந்தத் தலைவர்கள் இழந்து விட்டனர்.

இந்நிலையில்தான், உள்ளூர் அளவிலான தலைவர்கள் முளைத்து, அமெரிக்காவின் அடித்தட்டு கறுப்பர்களை கிளர்ந்தெழச் செய்து வருகிறார்கள். தேசிய அளவில் பிரபலமான தலைவர்கள் எனச் சொல்லிக் கொள்பவர்கள் ஒரு போதும் கறுப்பர்களை இப்படி கிளர்ந்தெழச் செய்ததில்லை. அந்த பிரபல தலைவர்களெல்லாம் உங்களை ஊக்கப்படுத்தாமல் உற்சாகப்படுத்தாமல் கட்டுப்படுத்தி,

அடக்கி, நவீன காலனிகளுக்குள்ளேயே முடக்கி வைத்திருந்தனர்.

கறுப்பர்கள் தன்னெழுச்சியாக வீதியில் இறங்கி வெள்ளையர்களை தாக்கத் தொடங்கினர். அங்கொன்றும் இங்கொன்றுமாக நடந்த இந்தத் தாக்குதல்கள் அதிகரித்ததோடு, தலைநகரில் பிரம்மாண்ட பேரணியை நடத்தப் போகிறோம், செனட் அவையை முற்றுகையிடப் போகிறோம், வெள்ளை மாளிகையை முற்றுகையிடப் போகிறோம், விமான நிலையங்களின் ஓடுபாதையில் படுத்து விமானங்களை இயக்க விடாமல் போராடப் போகிறோம் என்று பேசிக் கொண்டார்கள். இந்தப் பேச்சு தேசம் முழுவதும் கறுப்பர்களிடையே தீயாக பரவியது. அப்படி நடந்திருந்தால் அதுதான் புரட்சி. அதுதான் கறுப்பினப் புரட்சி.

சுதாரித்துக் கொண்ட வெள்ளை மாளிகை, குடியுரிமை அமைப்புகளின் தலைவர்களை அழைத்து கறுப்பர்களின் எழுச்சியைப் பற்றிக் கேட்க, எங்களுக்கும் இதற்கும் எந்த தொடர்புமில்லை. தன்னெழுச்சியாக கறுப்பர்களிடையே பரவி வருவதாக பதில் அளித்தனர். உடனடியாக இதைக் கட்டுப்படுத்த வேண்டுமென அதிபர் கென்னடி கேட்டுக் கொண்டார். எங்களால் இதைக் கட்டுப்படுத்த முடியாது, ஏனெனில் இதனை நாங்கள் தொடங்கி வைக்கவில்லை, எங்கள் கையை மீறிப் போய்க் கொண்டிருப்பதாக கையை விரித்தனர். அப்படியா... அப்படியெனில் உங்களை அவர்களோடு இணைத்து வைக்கிறேன். நீங்களே ஒரு பேரணிக்கான ஏற்பாடுகளை செய்யுங்கள், நான் வரவேற்கிறேன் என்றார் அதிபர் கென்னடி. இப்படித்தான் 'வாஷிங்டன் பேரணி' கபளீகரம் செய்யப்பட்டது.

நேஷன் ஆஃப் இஸ்லாம் அமைப்பு, வாஷிங்டன் பேரணியை சரியான விதத்தில் உள்வாங்கிக் கொள்ளாமல், இயக்க மாச்சரியம் காரணமாக குருட்டுத் தனமாக எதிர்த்து வந்தது. வாஷிங்டன் பேரணியை 'வாஷிங்டன் கேலிக்கூத்து' என்றே தன்னுடைய உரைகளில் கிண்டல் செய்தார் மால்கம்.

நேஷன் ஆஃப் இஸ்லாம் என்பது, இஸ்லாம் என்ற பெயரில், தலைவரை கேள்வியே கேட்காமல் பின்பற்றிச் செல்லும் கொள்கையையும், அமெரிக்காவில் நிறைவேறவே சாத்தியமில்லாத தனிநாடு கோரிக்கையை கோட்பாடாகவும் கொண்ட ஓர் அமைப்பு என்றே புரிந்து கொள்ள முடிகிறது. இந்த கட்டுப் பெட்டித் தனங்களால் ஆற்றல்மிக்க இயக்கப் போராளியான மால்கமின் திறன் 12 ஆண்டு காலம் வீணடிக்கப்பட்டது. நல்வாய்ப்பாக அவர் நேஷன் ஆஃப் இஸ்லாம் அமைப்பிலிருந்து வலுக்கட்டாயமாக வெளியேற்றப்பட்டார்.

தீவிர அரசியல் பாதையில்...

நேஷன் ஆஃப் இஸ்லாம் இயக்கத்தில் இருந்த போதே, கறுப்பர்கள் ஒற்றுமையுடன் இருக்க வேண்டும் என அறைகூவல் விடுத்தது போலவே, கறுப்பின குடியுரிமை அமைப்புகள் ஒருங்கிணைந்து செயல்பட வேண்டும் என்றும் அவ்வப்போது பேசி வந்தார் மால்கம். குடியுரிமை அமைப்புகளோடு இணைந்து பணியாற்ற அவருக்கு ஆவல் இருந்த போதிலும், இயக்கத் தலைமை அதற்கு முட்டுக்கட்டை போட்டு வந்ததை அறிய முடிகிறது. மேலே குறிப்பிட்ட, ஹார்லெம் நகரில் நடைபெற்ற சுதந்திரப் பேரணியில் ஆற்றிய உரையை இப்படித் தொடங்கினார் மால்கம்:

> *அஸ்ஸலாமு அலைக்கும் அன்பான சகோதரர்களே, சகோதரிகளே. நமது ஹார்லெம் சுதந்தரப் பேரணிக்கு உங்களை வரவேற்பதில் மகிழ்ச்சி அடைகிறேன்.*
>
> *உங்களை என நான் குறிப்பிடுவது முஸ்லிம்களையோ, கிறிஸ்தவர்களையோ அல்ல. கத்தோலிக்கர்களையோ, புராட்டஸ்ட்டன்ட்டுகளையோ அல்ல. ஜனநாயக கட்சியினரையோ அல்லது குடியரசுக் கட்சியினரையோ அல்ல. 'உங்களை' என நான் அழைப்பது ஹார்லெம் நகரின் கறுப்பினத்தவர்களை, அமெரிக்காவில் வாழும் கறுப்பினத்தவர்களை, உலகம் முழுவதும் வியாபித்திருக்கும் கறுப்பினத்தவர்களை...*

நாம் இந்தப் பேரணியை இப்போது நடத்தியிருக்கத் தேவையில்லை, நமக்கு சுதந்திரம் கிடைத்திருந்தால். ஆனால், நீண்ட காலமாக, நமக்கு வாக்களிக்கப்பட்ட சுதந்திரம் இன்னும் கிடைக்காததாலேயே நாம் இங்கு திரண்டிருக்கிறோம். அரசாங்கம் நமக்கு வழங்காத சுதந்திரத்தைக் கேட்டு இந்த இடத்தில் குழுமியிருக்கிறோம். நமக்கு சுதந்திரம் வழங்கப்பட்டிருந்தால் அரசை எதிர்க்கும் தேவையே ஏற்பட்டிருக்காது.

வாழ்க்கைக்கு சுதந்திரம் மிக மிக அவசியம். மனித மேம்பாட்டுக்கு சுதந்திரம் மிக மிக அவசியம். சுதந்திரம் இல்லை என்றால், நீதியையும் சமத்துவத்தையும் எப்போதும் எதிர்பார்க்க முடியாது. நீதியும் சமத்துவமும் எதார்த்தத்தில் நமக்கு கிடைக்க வேண்டும் என்றால், நாம் சுதந்திரக் குடிமகன்களாக இருப்பது மிக மிக அவசியம்.

நேஷன் ஆஃப் இஸ்லாம் அமைப்பின் கட்டுப்பாட்டிலிருந்து விடுபட்ட மால்கம், சுதந்திரப் போராளியாகி, புதிய இயக்கத்தைத் தோற்றுவித்து அரசியலில் தீவிர கவனம் செலுத்தத் தொடங்கினார். இத்தனை காலமும் குடியுரிமை அமைப்புகளின் போராட்டங்களையெல்லாம் நிராகரித்து வந்த அவர், அந்தப் போராட்டங்களின் பார்வையாளராக அல்லாமல் பங்கேற்பாளராகவே மாறினார். குடியுரிமை அமைப்புகளின் தலைவர்களை சகட்டுமேனிக்குச் சீண்டி வந்ததை நினைவுகூர்ந்த மால்கம், அதை இப்போது தவறு என உணர்ந்தார். மால்கமின் நிந்தனைச் சொற்களுக்குப் பயந்து, இதுவரை அவருடன் மேடையை பகிர்ந்து கொள்ளத் தயங்கிய குடியுரிமை அமைப்புகளின் தலைவர்கள், இப்போதும் அவரை சந்தேகத்துடனேயே வரவேற்றனர். வெள்ளையர்களுடனான உறவு, அரசியல் நிலைப்பாடு - இதனையெல்லாம் தன்னுடைய புதிய இயக்கத்தின் அறிவிப்பின் போது அவர் தெளிவுபடுத்தினார். இருப்பினும் அகிம்சை கொள்கையை மட்டும் அவர் இறுதி வரை ஏற்றுக் கொள்ளவே இல்லை. அதில் சமரசம் செய்து கொள்ளவே இல்லை.

இயக்கத்தின் உள் முரண்பாடுகளால் நான் வெளியேற்றப் பட்டேன். என்னுடைய விருப்பத்தின் பேரில் நேஷன் ஆஃப்

இஸ்லாம் இயக்கத்தை விட்டு வெளியேறவில்லை. ஆனால் அது நடந்து விட்டது. இதுவும் நல்லதுக்குத்தான். இனி என்னுடைய போராட்டத்தை சுதந்திரமாக முன்னெடுக்க முடியும். இனப் பிரச்சினைக்கு தீர்வு காணும் போராட்டத்தில், பிற குடியுரிமை அமைப்புகளுடன் இணைந்து களம் காண உத்தேசித்துள்ளேன்.

மற்ற குடியுரிமை அமைப்புகளையோ தலைவர்களையோ இனி நான் சாடப்போவதில்லை. இந்த நிமிடத்திலிருந்து, என்னைப் பற்றி அவதூறாக பேசியவர்களை நான் மறந்து விட்டேன். அதைப் போலவே அவர்களும் நான் பேசிய பேச்சுக்களை மறப்பார்கள் என பிரார்த்திக்கிறேன்.

நம் இன மக்கள் சந்திக்கும் பிரச்சினைகள், தலைவர்களான நம்முடைய முரண்பாடுகளைவிட மிக முக்கியமானதாகும். நம் சொந்தப் பகையை மறந்து விட்டு, அன்றாடம் நம் மக்கள் சந்திக்கும் பிரச்சினைகளுக்கு தீர்வு காண, தலைவர்களான நாம் முயல வேண்டும்.

புதிய இயக்கத்தை தொடங்க இருக்கிறேன், 'முஸ்லிம் பள்ளிவாசல் கூட்டமைப்பு' (Muslim Mosque Incorporate - MMI) என்ற பெயரில்... அதன் தலைமை பள்ளிவாசல் நியூயார்க் நகரில் செயல்படும். ஆன்மிகத்தை அடித்தளமாகக் கொண்டு இந்த இயக்கம் செயல்படும். நம்முடைய சமூகத்தில் நிலவும் ஒழுக்கச் சீர்கேடுகளை ஒழிக்க ஆன்மிக அடிப்படையிலான இந்த இயக்கம் உதவும்.

எங்களுடைய அரசியல் நிலைப்பாடு, 'கறுப்பின தேசியவாதம்' ஆகும். எங்களுடைய சமூக, பொருளாதார சித்தாந்தம் 'கறுப்பின தேசியவாதம்' ஆகும். எங்களுடைய கலாச்சார அடையாளமும் 'கறுப்பின தேசியவாதம்' தான்.

நம்முடைய சமூகத்தில் அனைவருமே மத அடையாளத்துடன் இருப்பவர்கள் கிடையாது. மதம் சார்ந்த, மதம் சாராத அனைத்து நீக்ரோக்களின் அரசியல், பொருளாதார, சமூக மேம்பாட்டுக்கு 'முஸ்லிம் பள்ளிவாசல் கூட்டமைப்பு' தனது பங்களிப்பை வழங்கும்.

நம்முடைய அரசியலையும் அரசியல்வாதிகளையும் கட்டுப்படுத்துபவர்களாக நாம்தான் இருக்க வேண்டும். இதுதான் 'கறுப்பின தேசியவாதம்' என்ற அரசியல் சித்தாந்தத்தின் பொருளாகும். வெளி நபர்களின் கட்டுப்பாட்டில் இருக்கக்கூடாது. வெளிநபர்களின் கட்டுப்பாட்டில் இருந்து வந்த கைப்பாவை அரசியல்வாதிகளை துடைத்தெறிய வேண்டும்.

இளைஞர்கள் மீதுதான் எங்களுடைய முழுக் கவனமும் உள்ளது. ஏற்கனவே களத்தில் உள்ள மூத்த அரசியல்வாதிகளிடமிருந்து தூர விலகவே விரும்புகிறோம். புதிய சிந்தனைகள், புதிய திட்டங்கள், புதிய அணுகுமுறைகள்தான் தேவை. எங்களுக்கு உதவ, தேசம் முழுவதும் உள்ள அரசியல் அறிவியல் படிக்கும் மாணவர்களை அறைகூவல் விடுக்கிறோம். இந்தத் துறையில் படித்து, ஆராய்ந்து அவர்கள் எங்களுக்கு வழிகாட்ட வேண்டும்.

தேர்தலில் நமது மக்கள் மீண்டும் விலைபேசப்படுவதை நாங்கள் விரும்பவில்லை. இந்த ஆண்டு நடைபெறவுள்ள அமெரிக்க அதிபர் தேர்தலில் எங்களின் நிலைப்பாடு என்ன என்பது குறித்து விரைவில் அறிவிப்போம்.

அனைத்து தரப்பினரின் ஆலோசனைகளையும் நிதியுதவியையும் 'முஸ்லிம் பள்ளிவாசல் கூட்டமைப்பு' தாராளமாக வரவேற்கிறது. வெள்ளையர்களும் எங்களுக்கு நிதியுதவி அளிக்கலாம். ஆனால் இயக்கத்தில் இணைய முடியாது. கறுப்பர்களுக்குள் ஒற்றுமை முகிழாமல், கறுப்பர் - வெள்ளையர் ஒற்றுமை சாத்தியம் கிடையாது. இன ஒருமைப்பாடு இல்லாமல், தொழிலாளர் ஒருமைப்பாடு சாத்தியமில்லை. நமக்குள் ஒற்றுமையைக் கொண்டு வராமல், பிறருடன் ஒருங்கிணைந்து செயல்படுவது பற்றி யோசிக்க முடியாது.

அஹிம்சை குறித்த எங்களுடைய நிலைப்பாட்டையும் தெரிவித்து விடுகிறேன். ஒருவன் கடுமையான அடக்குமுறைக்கு உள்ளாகும் போது, அதனை எதிர்க்காமல் அமைதி காக்க வேண்டும் என கூறுவது சட்டப்படி குற்றமாகும். துப்பாக்கி வைத்துக் கொள்வது சட்டப்படி

அனுமதிக்கப்பட்டதுதான். சட்டத்திற்குட்பட்டு நடப்பதில் நம்பிக்கை வைக்க வேண்டும்.

துப்பாக்கி வைத்திருப்போர் சங்கத்தை (ரைஃபிள் கிளப்) நாம் உருவாக்க வேண்டும். நம்முடைய மக்கள் பாதிக்கப்படும் போது, அப்பகுதியில் அரசு பாதுகாப்பு வழங்கத் தவறி, நம்முடைய வாழ்வும் வாழ்வாதாரமும் பாதிக்கப்படும் போது நம்மை நாமே பாதுகாத்துக் கொள்ள ரைஃபிள் கிளப்கள் உதவும். இப்படியான இக்கட்டான சூழல் கடந்த காலங்களில் பல்வேறு நகரங்களில் ஏற்பட்டுள்ளது. நாய்களை ஏவி விட்டு கறுப்பர்கள் மீது அடக்குமுறையை ஏவும் போது, அந்த நாய்களை கொல்வதற்கு நமக்கு உரிமை உள்ளது.

நாம் அமைதியாக சட்டத்திற்கு கீழ்ப்படிந்து வாழ வேண்டும். அதேசமயம், அநியாயமாக, சட்டத்திற்கு புறம்பாக நீக்ரோக்கள் தாக்கப்படும் போது, தற்காப்புக்காக திருப்பித் தாக்குவதை சரியென்றே நான் கருதுகிறேன். நான் சொல்வது தவறு என அரசு கருதினால், அரசு தன்னுடைய கடமையைச் செய்யட்டும்.

- மார்ச் 12, 1964, பார்க் ஷெரட்டன் ஹோட்டல், மன்ஹாட்டன், நியூயார்க்.

குடியுரிமை அமைப்புகளுடன் நெருங்குவதில் மால்கமுக்கு மதம் ஒரு தடையாக இருந்திருக்கலாம். ஆனால், நேஷன் ஆஃப் இஸ்லாம் அமைப்பில் இருக்கும் போதே, எந்த மதத்தவராக இருந்தாலும் கறுப்பர் என்ற ஒரு காரணத்திற்காகவே அவன் இழிவு படுத்தப்படுகிறான் என்ற தெளிவு அவரிடம் இருந்தது. இதனால் குடியுரிமை அமைப்புகளின் தலைவர்களோடு இணக்கமாக செயல்படுவதில் அவருக்கு காலதாமதம் ஏற்படவில்லை. அதேபோல, அரசியல் களத்திலும் அவருடைய பங்களிப்பு துரிதமாகவே இருந்தது. வாக்காளர் பட்டியலில் கறுப்பர்களை இணைப்பதற்கு குடியுரிமை அமைப்புகள் எடுத்து வந்த முயற்சிகளுக்கும் மால்கம் ஆதரவு நல்கினார். இருப்பினும் அமெரிக்க அரசியல்வாதிகள் மீதிருந்த அவநம்பிக்கை மட்டும் மாறவில்லை.

அமெரிக்க வெள்ளை இனவெறியர்களால் ஒடுக்கப்படும் கறுப்பர்களின் விடுதலையை நோக்கிய பயணத்தில், அகிம்சைப் பாதை மட்டும்தான் மால்கமுக்கு உவப்பானதாக இல்லை. மற்றபடி கிறிஸ்தவர்களுடன் இணைந்து, குடியுரிமை அமைப்புகளின் தலைவர்களின் தோளோடு தோள் சேர்ந்து போராட்டத்தை விரைவுபடுத்த அவர் தயங்கவில்லை. இந்த மாற்றத்தின் உச்சமாக இதுவரை எதிரியாக பாவித்து வந்த மார்ட்டின் லூதர் கிங் மீதான பார்வை முற்றிலுமாக மாறியது மட்டுமல்ல, அவர் முன்னெடுத்தப் போராட்டங்களை ஒரு கட்டத்தில் ஆதரிக்கவும் செய்தார் மால்கம். புனித ஹஜ் பயணத்தை முடித்துக் கொண்டு தாயகம் திரும்பிய உடன், பத்திரிகையாளர்கள் சந்திப்பில் கேட்கப்பட்ட கேள்விகளுக்கு அவர் அளித்த பதில்களில் இருந்து இதனைப் புரிந்து கொள்ள முடியும்.

செய்தியாளர்: மற்ற குடியுரிமை அமைப்புகளின் தலைவர்களோடு இணைந்து பயணிப்பீர்களா?

மால்கம் X: உண்மையிலேயே மாற்றத்தை விரும்பி பயணிக்கும் எந்தத் தலைவர்களோடும் எந்த அமைப்புகளோடும் இணைந்து பணியாற்றுவோம்.

செய்தியாளர்: நாடாளுமன்றத்தில் நிலுவையில் உள்ள குடியுரிமை மசோதா மீது ஏதேனும் நடவடிக்கை எடுக்கும் பட்சத்தில், உங்கள் இயக்கத்தின் திசைவழியை அது எந்த விதத்தில் பாதிக்கும்?

மால்கம் X: குடியுரிமை மசோதா மீது ஏதாவது நடவடிக்கை எடுக்கப்பட்டால் நல்லதுதான். குடியுரிமை மசோதாவை உடனே சட்டமாக்க, குடியுரிமை அமைப்புகள் இணைந்து அரசை நிர்ப்பந்திக்காமல் இருப்பது எனக்கு ஆச்சரியமாக உள்ளது. கடந்த ஆண்டு பிரம்மாண்ட பேரணியை நடத்தி ஏராளமான பொருளையும் நேரத்தையும் செலவிட்ட போதிலும், நாடாளுமன்றத்தில் குடியுரிமை ம்சோதாவை சட்டமாக்காமல் தற்போது இழுத்தடிப்பதற்கு எதிராக குடியுரிமை அமைப்புகள் எதுவும் செய்யாமல் இருப்பது எனக்கு ஆச்சரியமாக உள்ளது.

செய்தியாளர்: இப்போது, இன்னொரு முறை ‘வாஷிங்டன் பேரணியை’ நடத்தினால் பங்கேற்பீர்களா?

மால்கம் X: கட்டாயம் பங்கேற்பேன்.

செய்தியாளர்: நகைச்சுவையாக சொல்லவில்லைதானே...

மால்கம் X: கடந்த ஆண்டு நான் பங்கேற்கவில்லை, அப்போது நான் இருந்த இயக்கத்தின் நிலைப்பாடு அப்படி. நீக்ரோக்களின் போராட்டங்களில் பங்கேற்பதில்லை என்பது அந்த இயக்கத்தின் கொள்கையாக இருந்தது. அந்த இயக்கத்திலிருந்து வெளியேறிய பின், எத்த விதமான போராட்டங்களிலும் நான் பங்கேற்பேன். உண்மையான தீர்வை நோக்கி அந்தப் போராட்டம் இருக்க வேண்டும் என்பது மட்டும்தான் ஒரே நிபந்தனை.

நாடாளுமன்ற மேலவையில் (Senate) நடைபெறும், குடியுரிமை மசோதா தொடர்பான விவாதத்தை நேரடியாகக் காண்பதற்காக, 1964 ஆம் ஆண்டு மார்ச் 26 ஆம் தேதி தலைநகர் வாஷிங்டனுக்கு வந்திருந்தார் மால்கம். மசோதா நிறைவேறாமல் ஆளும்கட்சி உறுப்பினர்களே முட்டுக்கட்டை போட்டு வந்தனர். செனட் அவையில் பார்வையாளர் மாடத்தில் அவர் அமர்ந்திருந்த பகுதிக்கு நேர் எதிரில், மார்ட்டின் லூதர் கிங் அமர்ந்திருந்தார். இருவரும் இதுவரை நேருக்கு நேர் சந்தித்ததில்லை. கறுப்பர்களின் உரிமைப் போராட்டம் குறித்தும், அதற்கான தீர்வு குறித்தும் விவாதிக்க பலமுறை அழைத்தும், மால்கம் பங்கேற்ற விவாதத்தில் கலந்து கொள்ள மார்ட்டின் லூதர் கிங் ஒரு முறைகூட சம்மதம் தெரிவித்ததில்லை. அகிம்சை போராட்ட முறையை கடுமையாக எதிர்த்து வந்த மால்கம், தன்னுடைய உரைகளில் அவரை காரசாரமாக விமர்சித்திருக்கிறார். ‘வாஷிங்டன் பேரணி கேலிக்கூத்து’ பற்றி விவரிக்கும் போதெல்லாம் மார்ட்டின் லூதர் கிங்கை தவறாமல் சாடி வந்தார்.

செனட் அவையில் விவாதம் ஒரு முடிவுக்கு வந்த நிலையில், பத்திரிகையாளர்கள் சந்திப்பு அறைக்கு வந்தவர், அங்கு ஏற்கனவே மார்ட்டின் லூதர் கிங் பேட்டி கொடுத்துக் கொண்டிருந்ததைப் பார்த்து, வெளியில் காத்திருந்தார். அப்போது சில பத்திரிகையாளர்கள் மால்கமுடன் உரையாடினர்.

"செனட்டில் குடியுரிமை மசோதா சட்டமாக்கப்பட்டு விடும்தானே..." ஒரு பத்திரிகையாளர் கேட்டார்.

"எனக்கு நம்பிக்கை இல்லை. ஒரு கட்சி மசோதாவை முன்மொழிய, இன்னொரு கட்சி எதிர்க்க... வழக்கம் போல இது தேர்தல் விளையாட்டுத்தான்"

"இந்தச் சட்டத்துல உங்களுக்கு நம்பிக்கை இல்லையா?"

"கறுப்பர்களுடைய பிரச்சினைக்கு ஏதாவது ஒரு வகையில் தீர்வு கிடைத்தால் நல்லதுதான். இந்தச் சட்டத்தை நான் வரவேற்கிறேன். ஆனால், இந்தச் சட்டத்தின் மூலம் கறுப்பர்களின் பிரச்சினைகள் அனைத்தும் தீர்ந்து விடும் என நான் நம்பவில்லை. சட்டத்தைத்தான் நிறைவேற்ற முடியும். மனமாற்றத்தை சட்டத்தின் மூலம் ஏற்படுத்தி விட முடியுமா? முடியாது. ஒருவேளை இந்த மசோதா சட்டமாக்கப்பட்டாலும் கூட, ஒரு காலத்திலும் அமல்படுத்தப்படாது. அப்படி அமல்படுத்தப்பட்டால், அமெரிக்காவின் தெற்குப் பகுதியில் உள்நாட்டு யுத்தமும் வடக்குப் பகுதியில் இனப் போரும் வெடிக்கும்..."

கறுப்பர்களை அடிமைத்தளையிலிருந்து விடுதலை செய்ய சட்டமியற்றிய போது, அமெரிக்காவிலிருந்தே பிரிந்து சென்ற சில பகுதிகள் தங்களுக்குள் ஒன்றிணைந்து கொண்டு, அமெரிக்க அரசுக்கு எதிராக உள்நாட்டு போரில் ஈடுபட்ட வரலாற்றுக் காட்சிகளை மனக்கண் முன்பு கொண்டு வந்து, அது மீண்டும் நிகழ வாய்ப்பிருப்பதை பத்திரிகையாளருக்கு குறிப்பால் உணர்த்தினார் மால்கம்.

"வன்முறை தாண்டவமாடும் நாட்களை விரைவில் எதிர்பார்க்கலாமோ?" அந்தப் பத்திரிகையாளர் அச்சத்தை வெளிப்படுத்தினார்.

"கறுப்பர்கள் எப்போதும் வன்முறையில் ஈடுபடுவது கிடையாது. அவர்கள் அதனைத் தொடங்குவதும் கிடையாது. அவர்கள் தங்களைத் தற்காத்துக் கொள்கின்றனர். கறுப்பன் தன்னைக் காத்துக் கொள்கிறான். தனக்கெதிரான அநீதிகளை

எதிர்க்க, தனக்கு வழங்கப்பட்டுள்ள உரிமைகளுக்கு உட்பட்டு எதையும் செய்வான் கறுப்பன்."

"நவம்பர் மாதம் நடைபெற உள்ள அதிபர் தேர்தலில் ஜனநாயக கட்சி மீண்டும் வெற்றி பெற, கறுப்பர்களின் ஓட்டு ரொம்ப ரொம்ப முக்கியம்தானே"

"தெற்குப் பகுதியில் கறுப்பர்களின் ஓட்டுக்களைப் பெறவில்லை என்றால், ஜனநாயகக் கட்சி தேர்தலில் தோல்வியைத் தழுவுவது உறுதி"

என மால்கம் திட்டவட்டமாக ஆருடம் கூறினார்.

அவரிடம் பேசிக் கொண்டே பத்திரிகையாளர் அறையை நோக்கி நடக்க, அப்போது பத்திரிகையாளர் சந்திப்பை முடித்துக் கொண்டு மார்ட்டின் லூதர் கிங் வெளியே வர, நேருக்கு நேர் இருவரும் சந்தித்துக் கொண்டனர்.

"மால்கம், உங்களைச் சந்தித்ததில் ரொம்ப மகிழ்ச்சி..." சொல்லிக் கொண்டே கையை நீட்டினார் கிங்.

"உங்களைப் பார்த்ததில் ரொம்ப மகிழ்ச்சி..." கிங்கின் கைகளைப் பற்றி குலுக்கினார் மால்கம். இருவரும் மெதுவாக நடந்து வந்தனர்.

"குடியுரிமைப் போராட்டத்தில் என்னை முழுமையாக ஒப்படைத்து விட்டேன்..." என கூறிக் கொண்டே மால்கம் கையை நீட்ட, மீண்டும் இருவரும் கை குலுக்கிக் கொண்டு புகைப்படக்காரர்கள் படம் எடுக்க ஒத்துழைத்தனர். அவரின் காதருகில் குனிந்து ரகசியம் சொல்வது போல, "இனி உங்களையும் உளவுத்துறையினர் விசாரிக்கத் தொடங்கி விடுவார்கள்..." என மால்கம் சொல்லவும் இருவரும் சிரித்தனர்.

அமெரிக்க சூழலின் எதார்த்தத்தை உணர்ந்த மால்கம், எந்த வழியிலாவது கறுப்பர்களின் பிரச்சினைகளுக்கு தீர்வு கிடைத்தால் நல்லதே என்ற புரிதலுக்கு வந்து சேர்ந்தார். 'வன்முறையை ஆதரித்தவர் மால்கம்' என பக்கச் சார்பாக அவர் மீது வைக்கப்படும் குற்றச்சாட்டுகளில் துளியளவுகூட உண்மை கிடையாது. கிங் மேற்கொண்டு வரும் போராட்டங்களின்

நியாயத்தை வெள்ளையர்கள் புரிந்து கொண்டு கறுப்பர்களுக்கு உரிய மரியாதையை வழங்க வேண்டுமென எதிர்பார்த்தார் மால்கம். கிங் மேற்கொண்டு வரும் அகிம்சை வழியிலான போராட்டத்தை வேறொரு கோணத்தில் பார்த்தார் மால்கம்.

1965 ஆம் ஆண்டு பிப்ரவரி 4 ஆம் தேதி, மாணவர்கள் அறப்போராட்ட ஒருங்கிணைப்பு குழு (Student Nonviolent Coordinating Committee - SNCC) நிர்வாகிகளின் அழைப்பை ஏற்று, அலபாமா மாகாணத்தின், செல்மா நகருக்குச் சென்றார் மால்கம். அமெரிக்காவின் தெற்குப் பகுதி மாகாணங்களில் ஒன்றான, இனவெறி தலைவிரித்தாடும் அலபாமா மாகாணத்தில் மார்ட்டின் லூதர் கிங் செல்வாக்கான கறுப்பின தலைவராக வலம் வந்தார். அவர் தலைமையில் பல்வேறு போராட்டங்கள் நடைபெற்று வந்தன. அவர் செல்வாக்கு செலுத்தி வந்ததால், நேஷன் ஆஃப் இஸ்லாம் அமைப்பில் இருந்த காலங்களில் பெரும்பாலும் அந்த நகரத்துக்குச் செல்வதை தவிர்த்து வந்தார் மால்கம்.

செல்மா நகரில் உள்ள கறுப்பர்களில் இதுவரை ஒரு சதவிகித கறுப்பர்கள்தான் வாக்காளர் பட்டியலில் பெயரைப் பதிவு செய்துள்ளனர். மாவட்ட நிர்வாக அலுவலகத்தில் வாக்காளர் பட்டியலில் பெயரைப் பதிவு செய்ய கறுப்பர்கள் நீண்ட வரிசையில் காத்திருந்தனர். வாக்காளர் பட்டியலில் பெயரைப் பதிவு செய்வதற்கான வழிமுறைகளை SNCC அமைப்பும் மார்ட்டின் லூதர் கிங் தலைமையிலான SCLC அமைப்பும் முன்னெடுத்து வந்தன.

இந்த முன்னெடுப்புக்கு முட்டுக்கட்டை போடும் வகையில், மூவாயிரத்துக்கும் மேற்பட்ட கறுப்பர்கள் கைது செய்யப்பட்டு சிறையில் அடைக்கப்பட்டனர். கிங்கும் சிறையில் அடைக்கப்பட்டார். கறுப்பர்களை வாக்காளர் பட்டியலில் சேர்ப்பதற்கான இயக்கம் வலுவடைந்த சூழலில், அதற்கு எதிராக கூ க்ளக்ஸ் கிளான் அமைப்பு மற்றும் வெள்ளை குடிமக்கள் கவுன்சில் அமைப்பு அவ்வப்போது வன்முறை வெறியாட்டத்தில் ஈடுபட்டு வந்தன. இந்தப் பின்னணியில்தான், செல்மா நகரத்திற்குச் செல்ல சம்மதித்தார் மால்கம். அங்கு சென்றதும் முதலில் பத்திரிகையாளர்களைச் சந்தித்தார்.

செய்தியாளர்: மாவட்ட நிர்வாக அலுவலகத்திற்கு செல்வீர்களா?

மால்கம் X: நான் என்ன செய்யப் போகிறேன் என்பதை இப்போது சொல்ல முடியாது. நான் இங்கு இருக்கும் நேரத்தில் நேர்மறையான, உறுதியான தீர்வுகள் கிடைப்பதற்கான நடவடிக்கைகளில் ஈடுபடுவேன். வாக்குரிமையைப் பெறுவதற்காக இந்த நாட்டில் கறுப்பர்கள் எடுக்கும் முயற்சிகளுக்கு 100 சதவீதம் ஆதரவு அளிக்கிறேன். வாக்களிக்கும் உரிமையைப் பெற, எந்த வகையிலேனும் அந்த உரிமையைப் பெற வேண்டும் என்பதில் நான் உறுதியாக இருக்கிறேன். மார்ட்டின் லூதர் கிங் அவர்களின் பேச்சைக் கேட்டு, இந்தப் பகுதி மக்கள் போராடும் போராட்டத்தின் பயனை அந்த மக்களுக்கு கொடுத்து விடுங்கள். விரைவாகக் கொடுத்து விடுங்கள். வேறு பகுதி மக்கள் இங்கு வந்து அவர்கள் வேறு வழிகளில் அதனைக் கேட்பதற்குள் கொடுத்து விடுங்கள். வாக்களிக்கும் உரிமையை, மக்களின் அடிப்படை உரிமையை கிங் கேட்கிறார். அவர் கேட்கும் முறையில் அந்த உரிமை கிடைக்கப் பெறவில்லை என்றால், வேறு முறைகளில் அந்த உரிமைகள் பெறப்படும்.

செய்தியாளர்: டாக்டர் கிங்குடன் அகிம்சை வழியிலான போராட்டத்தோடு உடன்பாடு ஏற்பட்டுள்ளதா?

மால்கம் X: அகிம்சை வழியிலான எந்த வகையான போராட்டங்களிலும் எனக்கு நம்பிக்கையில்லை. அகிம்சைவாதிகளுடன் அகிம்சை வழியில் இருப்பதே சரி என்று நான் நம்புகிறேன். ஆனால் அகிம்சை என்னவென்றே அறியாத எதிரிகளுடன் அகிம்சை வழியில் போராடி உங்கள் நேரத்தை வீணடிக்கிறீர்கள்.

செய்தியாளர்: இப்போது இங்கு செல்மாவில் அகிம்சைக் கொள்கை கைவிடப்பட வேண்டும் என்று சொல்கிறீர்களா?

மால்கம் X: எந்த வகையிலாவது செல்மாவில் தீர்வினைப் பெற வேண்டும். கறுப்பர்களுக்கு வாக்களிக்கும் உரிமையைப் பெற்றுத் தர வேண்டும் என டாக்டர் கிங்கும் அவருடைய ஆதரவாளர்களும் புத்திசாலித்தனமான முறையில் இந்தப் பகுதி வெள்ளையர்களை கவர முயன்று வருகின்றனர். இந்தப் பகுதி

வெள்ளையர்கள் இந்த புத்திசாலித்தனமான அணுகுமுறையைக் அங்கீகரிக்கும் அளவுக்கு புத்திசாலிகளாக இல்லையென்றால், இந்தப் பகுதியில் உள்ள புத்திசாலித்தனமான கறுப்பர்கள், தீர்வினைப் பெற வேறு வழிமுறைகளைக் கைக்கொள்ள நிர்பந்திக்கப்படுவார்கள் என்றே நான் நினைக்கிறேன்.

அகிம்சை வழியில் போராடுபவர்களுக்கு உரிய தீர்வைத் தராவிட்டால், அவர்கள் வன்முறைப் பாதையைத் தேர்ந்தெடுப்பதைத் தவிர வேறு வழியில்லை என்பதை மால்கம் சூசகமாகக் குறிப்பிட்டார். பத்திரிகையாளர்கள் சந்திப்பு முடிந்த பின் தேவாலயத்தில் வைத்து உரை நிகழ்த்தினார். மேடையில் அவருக்கு அருகில், மார்ட்டின் லூதர் கிங்கின் மனைவி கொரெட்டா ஸ்காட் கிங் அமர்ந்திருந்தார்.

"உங்கள் கணவருக்கு உதவவே முயல்கிறேன்..." என்று அவர் காதில் சொன்னார்.

இத்தனை காலமும் தன்னுடைய கணவரைச் சாடி, சீண்டி வந்த இவரா அவருக்கு உதவுவதாகச் சொல்கிறார் என குழப்பத்துடனும் வியப்பாகவும் மால்கமைப் பார்த்தார் கொரெட்டா கிங்.

"ஒரு மாற்றுப் பாதையை நான் முன் வைக்கிறேன். என்னுடைய முடிவைக் கேட்பதற்குப் பதிலாக, மார்ட்டின் லூதர் கிங் முன் வைக்கும் ஆலோசனைகளை வெள்ளையர்கள் எளிதாக ஏற்றுக் கொள்வார்கள்..." என்றார். மால்கமுடைய கருத்தை ஆமோதிப்பது போல திருமதி கிங் தலையாட்டினார். அதாவது, வன்முறையை ஆராதிப்பதன் மூலம் தன்னை மறுதலிப்பதற்காகவே கிங்கை ஆதரிக்க வேண்டிய நிர்ப்பந்தத்திற்கு வெள்ளையர்கள் தள்ளப்படுவார்கள் என்ற புரிதலில் கிங்கின் போராட்டங்களில் நியாயம் கண்டார் மால்கம்.

அகிம்சைப் பார்வை Vs வன்முறைப் பார்வை - அமெரிக்க மண்ணில் இந்த இரண்டு நேரெதிர் முனைகளிலுமிருந்தும் நிறவெறிக்கு எதிரான போராட்டம் நடைபெற்றது. அகிம்சையின் அடையாளமாக மார்ட்டின் லூதர் கிங்கையும் வன்முறையின் அடையாளமாக மால்கமையும் அமெரிக்க ஊடகங்கள் முன்னிறுத்தின. ஆனால், இருவருமே வெவ்வேறு

காலகட்டங்களில் இரண்டையுமே வலியுறுத்தியதை இருவரின் வரலாற்றை ஊன்றிக் படிக்கும் ஆய்வாளர்கள் அறியலாம். அமெரிக்க நிறவெறிக்கு எதிராக உக்கிரமாகப் போராடிய சமகாலத்தில் வாழ்ந்த இரண்டு ஆளுமைகளும் ஒரேயொரு தடவைதான் நேருக்கு நேர் சந்தித்துக் கொண்டனர்.

குடியுரிமை to மனித உரிமை

புனித பயணம் மேற்கொள்ள புறப்படுவதற்கு பத்து நாட்களுக்கு முன்பு மால்கம் ஆற்றிய உரை புகழ்பெற்ற உரையாகும். 1964 ஆம் ஆண்டு, ஏப்ரல் 3 ஆம் தேதி, கிளீவ்லேண்ட் பகுதியில் உள்ள தேவாலயத்தில் CORE அமைப்பு சார்பில், 'நீக்ரோ புரட்சி - அடுத்து என்ன?' என்ற மையக் கருத்தில் கருத்தரங்கு நடைபெற்றது. இதில் பங்கேற்று, 'தேர்தல் ஓட்டு அல்லது துப்பாக்கி வேட்டு' *(The Ballot or the Bullet)* என்ற தலைப்பில் மால்கம் நிகழ்த்திய உரையை முழுமையாக வாசிப்பது, அவரின் அரசியல் சிந்தனையில் ஏற்பட்டுள்ள மாற்றத்தைப் புரிந்து கொள்ள உதவும்.

நேஷன் ஆஃப் இஸ்லாம் அமைப்பிலிருந்து வெளியேற்றப்பட்ட நிலையில், குடியுரிமை அமைப்புகளோடு கைகோத்துப் பயணிக்க தயாராகி விட்டபோதிலும், குடியுரிமை அமைப்புகளின் மட்டுப்படுத்தப்பட்ட பார்வைகளை மால்கம் அச்சொட்டாக அங்கீகரிக்கவில்லை. 'கறுப்பின தேசியவாதம்'தான் தன்னுடைய கொள்கை என்று புதிய அமைப்பின் தொடக்க நிகழ்ச்சியில் பேசிய மால்கம், கறுப்பர்களின் இனப்பிரச்சினையை சர்வதேச மட்டத்திற்கு கொண்டு செல்லும் உத்தேசத்துடன் இருந்தார். இந்த உரையில் அதனை சுட்டிக் காட்டி, கறுப்பர்களை விழிப்படையச் செய்தது, அவரின் அரசியல் பார்வையில் முக்கிய திறப்பாக கருதப்படுகிறது.

> *சகோதர சகோதரிகளே, நண்பர்களே எதிரிகளே... இங்கிருக்கும் அனைவரும் தங்களுக்குள் நண்பர்கள் கிடையாது என்ற போதிலும், யாரையும் நான் விட்டுவிட விரும்பவில்லை... இந்த நிகழ்ச்சியின் சாராம்சமாக எழும் கேள்வி நீக்ரோக்களின் கலகமும் அவர்களின் எதிர்காலமும் என்பதாகத்தான் இருக்க முடியும். இதனை என்னுடைய பார்வையில், தேர்தலில்*

வாக்களிப்பது அல்லது துப்பாக்கியை தூக்குவது என்பதை நோக்கித்தான் இந்தக் கேள்வி நம்மை இட்டுச் செல்வதாக நான் புரிந்து கொள்கிறேன்.

வழக்கம் போல, சிந்தனையைத் தூண்டும் முன்னோட்டத்தை வழங்கி விட்டு, கறுப்பு முஸ்லிம்களின் அமைப்பான நேஷன் ஆஃப் இஸ்லாம் அமைப்பிலிருந்து வெளியேறிய நிலையில் தன்னைப் பற்றி அறியாதவர்களுக்கு அறிமுகம் செய்து வைக்கும் வகையில் சில தகவல்களை குறிப்பிட்டார்.

நான் ஒரு முஸ்லிம். என்னுடைய மதம் இஸ்லாம். பல்வேறு தேவலாயங்களைச் சேர்ந்த கிறிஸ்தவ மத ஊழியம் செய்பவர்கள் இங்கு வந்திருந்தாலும், அவர்கள் கிறிஸ்தவ மத ஊழியர்கள் என்பதற்காகவே இங்கு குழுமவில்லை. நீங்கள் அனைவரும் குடியுரிமைப் போராளிகள். இவர்களைப் போல இஸ்லாமிய மத ஊழியம் செய்யக்கூடிய நானும் கறுப்பின தேசியவாத விடுதலைப் போராட்ட வீரன்தான்.

ஒற்றை முனையில் இருந்து மட்டுமல்ல, அனைத்து தளங்களிலும் போராட வேண்டும் என்பதை நம்புகிறேன். இஸ்லாம் என்னுடைய மதமாக இருந்தாலும், அதனை என்னுடைய தனிப்பட்ட நம்பிக்கையாகத்தான் பார்க்கிறேன். இங்கு வந்திருக்கக்கூடியவர்களின் மத நம்பிக்கை, அவர்களுக்கும் அவர்கள் நம்பக்கூடிய கடவுளுக்கும் இடையிலானதைப் போலவே, என்னுடைய மத நம்பிக்கையும் எனக்கும் நான் நம்பக்கூடிய கடவுளுக்கும் இடையிலானது. மதம் குறித்து உரையாடத் தொடங்கினால், நமக்கிடையே கருத்து வேறுபாடு ஏற்பட்டு நாம் ஒன்றிணைய முடியாது.

என்னுடைய மத நம்பிக்கை இஸ்லாம். என்னுடைய அரசியல், சமூக, பொருளாதார தத்துவம் கறுப்பின தேசியவாதம். நாம் மதம் குறித்து பேசினால், முரண்பாடுகள்தான் மிஞ்சும். ஒன்றுபட முடியாது. பாப்திஸ்ட்டோ, மெதடிஸ்ட்டோ, முஸ்லிமோ, தேசியவாதியோ - யாராக இருந்தாலும் அமெரிக்காவில் வசிக்கும் கறுப்பர்களின் பிரச்சினை எல்லோருக்கும் ஒன்றுதான்... படித்தவனாக இருந்தாலும் பாமரனாக இருந்தாலும், சொகுசான நகரத்தில் வசித்தாலும் பின்தங்கிய சேரியில் வசித்தாலும் கறுப்பனாக இருந்தால்

துயரம் ஒன்றுதான், நம்மை துன்புறுத்துபவனும் ஒரே ஆள்தான்... அவன் வெள்ளையன்தான்.

வெள்ளையனின் அரசியல் ஒடுக்குமுறையால் நாம் துயருறுகிறோம், வெள்ளையனின் பொருளாதார சுரண்டலால் நாம் துயருறுகிறோம், வெள்ளையனின் சமூக அநீதியால் நாம் துயருறுகிறோம்.

இப்படிப் பேசுவதால், நாம் வெள்ளையர்களுக்கு எதிரானவர்கள் என்று பொருளல்ல. அரசியல் ஒடுக்குமுறையை எதிர்க்கிறோம், பொருளாதாரச் சுரண்டலை எதிர்க்கிறோம், இனப்பாகுபாட்டை எதிர்க்கிறோம் என்றே அர்த்தம் கொள்ள முடியும். நாம் வெள்ளையனுக்கு எதிராக திரள்வதை விரும்பவில்லை என்றால், ஒடுக்குமுறையை சுரண்டலை இனப்பாகுபாடு காட்டுவதை வெள்ளையன் நிறுத்தட்டும்.

நமது வேற்றுமைகளை மறந்து நாம் ஒருங்கிணைய வேண்டும். எதிரெதிர் துருவங்களான மறைந்த அமெரிக்க அதிபர் கென்னடியும் ரஷ்ய அதிபர் குருஷேவ்-வும் தங்களுக்குள் பொருளாதார ஒத்துழைப்பை வழங்கிக் கொள்ள முடியுமெனில், அவர்களை விட ஒன்றிணைந்து பணியாற்றுவதற்கு நமக்கு நிறைய காரணங்கள் இருக்கின்றன.

கறுப்பர்களின் பிரச்சினைக்குத் தீர்வாக நாம் ஏதாவது செய்யவில்லை என்றால், தேர்தலில் ஓட்டையோ அல்லது துப்பாக்கி தோட்டாவையோ பயன்படுத்த நாம் நிர்பந்திக்கப்படுவோம் என்பதை ஒப்புக்கொள்வீர்கள் என்று நம்புகிறேன்.

1964 ஆம் ஆண்டு அமெரிக்கா இதுவரை கண்டிராத, வெடித்துச் சிதறி பயமுறுத்தும் ஆண்டாக இருக்கும். ஏன்? அரசியல் முக்கியத்துவம் வாய்ந்த ஆண்டும் இதுதான். இந்த ஆண்டும் வழக்கம் போல, வெள்ளை அரசியல்வாதிகள் நீக்ரோ சமூகத்தை சில ஓட்டுக்களுக்காக ஏமாற்றப் போகிறார்கள். இதுவரை நிறைவேற்றப்படாத, பொய்யான வாக்குறுதிகளை அள்ளிக் கொண்டு வந்து மீண்டும் உங்களை சந்திப்பார்கள். வெள்ளையர்கள் வளர்த்தெடுத்த இந்த அதிருப்தி, இப்போது வெடிக்கத் தயாராக காத்திருக்கிறது.

தற்போது அமெரிக்காவில் ஒரு கன்னத்தில் அடித்தால் மறுகன்னத்தைக் காட்டும் கறுப்பர்கள் யாரும் இல்லை என்பதை தெரிவித்துக் கொள்ள விரும்புகிறேன்.

உங்களுடைய எதிரி யார் என்பதை பிறர் தீர்மானிக்க அனுமதிக்காதீர்கள். அவர்கள் அதை வரையறுத்து, உங்களை கொரியாவுக்கு போரிட அனுப்புகிறார்கள். நீங்கள் அங்கு வீரதீரத்துடன் போரிட்டது போல, இங்கும் நீங்கள் செயல்பட முடியும். வெளிநாட்டு எதிரிகளை விட இவர்கள் குறைந்தவர்கள் அல்லர். இங்கு நீங்கள் சண்டையிட தயார் என்றால், எதற்காக சண்டையிடப் போகிறீர்கள் என்பதை தெரிந்து வைத்திருங்கள்.

நான் அரசியல்வாதி அல்ல. அரசியல் படித்த மாணவனும் அல்ல. இன்னும் சொல்லப் போனால், நான் எதையும் படித்திராதவனும்கூட. ஜனநாயக கட்சியைச் சேர்ந்தவனுமல்ல. குடியரசு கட்சியைச் சேர்ந்தவனும் அல்ல. அவ்வளவு ஏன்? நான் அமெரிக்க குடிமகனே அல்ல. நீங்களும் நானும் அமெரிக்க குடிமகனாக இருந்தால் பிரச்சினையே இல்லையே... ஐரோப்பாவில் இருந்து வந்த குடியேற்றக்காரர்களெல்லாம் அமெரிக்கர்களாக இருக்கும் போது, இங்கேயே பிறந்து வளர்ந்த நாம் இன்னும் அமெரிக்க குடிமகன்களாக இல்லையே...

என்னை நானே ஏமாற்றிக் கொள்ள மாட்டேன். உணவகத்தில் உங்களுடன் அமர்ந்திருக்கிறேன். நீங்கள் சாப்பிடும் போது, எனக்கு எதிரில் தட்டு இல்லை என்றால் நானும் உணவருந்தினேன் என பொருள் கொள்ள முடியுமா? நீங்கள் சாப்பிடுவதை நானும் சாப்பிட்டால்தானே உணவருந்தியதாக அர்த்தம்.

அமெரிக்காவில் இருப்பதாலேயே, அமெரிக்காவில் பிறந்ததாலேயே நீங்கள் அமெரிக்க குடிமகன் கிடையாது. ஏன்? அமெரிக்காவில் பிறந்து அமெரிக்க குடிமகனாகிவிட்டால் சட்ட அங்கீகாரம் உங்களுக்கு தேவைப்படாது. சட்டத் திருத்தம் தேவையில்லை. குடியுரிமை மசோதா நிறைவேறி விடாமல் அரசியல் அவையில் முட்டுக்கட்டை போட

வேண்டிய அவசியம் எழாது. ஆனால் கறுப்பர்களாகிய நமக்கு இதெல்லாம் தேவைப்படுகிறதே...

நான் அமெரிக்கன் அல்ல. அமெரிக்காவின் அடக்குமுறையால் பாதிக்கப்பட்ட 22 மில்லியன் கறுப்பர்களின் நானும் ஒருவன். ஜனநாயகம் என்ற பெயரில் நயவஞ்சகத்திற்கு பலியான 22 மில்லியன் கறுப்பர்களில் நானும் ஒருவன். அமெரிக்கனாக, அமெரிக்க தேசியவாதியாக, தேசிய கொடிக்கு மரியாதை செலுத்துபவனாக, அதனை ஆனந்தமாக அசைப்பவனாக இங்கு நிற்கவில்லை. அமெரிக்கா என்ற அடக்குமுறை சித்தாந்தத்தால் பாதிக்கப்பட்டவர்களில் ஒருவனாக நிற்கிறேன். பாதிக்கப்பட்டவனின் பார்வையிலிருந்து அமெரிக்காவைப் பார்க்கிறேன். அமெரிக்க கனவு எதுவும் என் கண்களுக்குப் புலப்படவில்லை. கொடுங்கனவாகத்தான் அமெரிக்கா எனக்கு தெரிகிறது.

பாதிக்கப்பட்ட 22 மில்லியன் கறுப்பர்களும் விழிப்படைந்து விட்டனர். தங்களை வெள்ளைச் சமூகம் எதற்கு பயன்படுத்துகிறது என்பதை உணர்ந்து, அரசியல் ரீதியாக பக்குவப்பட்டு, அரசியலில் தங்கள் பலத்தை புரிந்து கொள்ளத் தொடங்கி விட்டனர். குடியரசு கட்சி என்றும் ஜனநாயக கட்சி என்றும் வெள்ளையர்களின் வாக்குகள் சமமாக பிரிந்து கிடக்கும் சூழலில், கறுப்பர்களின் வாக்குகள் மட்டும் ஒரே தொகுப்பாக உள்ளது. அதாவது வெள்ளை மாளிகையில் அதிபராக யார் அமர வேண்டும், எதிர்க்கட்சி வரிசையில் எந்தக் கட்சி அமர வேண்டும் என்பதை தீர்மானிக்கும் வாக்குகள் கறுப்பர்களின் வாக்குகள்தான்.

உங்களுடைய வாக்குதான், கண்ணை மூடிக் கொண்டு நீங்கள் குத்தும் வாக்குதான் வெள்ளை மாளிகையில் அதிபரை உட்கார வைக்கிறது. கறுப்பர்களின் நலனுக்கான மசோதாவை தாக்கல் செய்வது போல தாக்கல் செய்து விட்டு, அதனை சட்டமாக்காமல் முடக்கிப் போடுவதும் அதே அரசின் உறுப்பினர்கள்தான்.

கல்வி, வேலைவாய்ப்பில் கறுப்பர்களுக்கு உரிய பிரதிநிதித்துவம் அளிக்க வகை செய்யும் குடியுரிமை மசோதாவை எளிதாக சட்டமாக்க தேவைப்படும் உறுப்பினர்களின் எண்ணிக்கை பலம்

ஆளும் 'ஜனநாயக கட்சி'க்கு உள்ளதென்பதையும், கறுப்பர்களுக்கு ஆதரவான கட்சி என்ற பிம்பம் கொண்டிருந்தபோதிலும், ஆளும் கட்சியில் உள்ள இனவெறி பிடித்த உறுப்பினர்களே அந்த மசோதாவை சட்டமாக்க விடாமல் தடுத்து வருவதையும் மால்கம் விரிவாக விவரித்த பின், வாக்காளர் பட்டியலில் இடம்பெற வேண்டியதன் அவசியத்தை அவர் வலியுறுத்திப் பேசினார்.

கறுப்பர்களை வாக்காளர் பட்டியலில் இணைக்காமல் இழுத்தடிப்பதன் மூலமும், கறுப்பர்கள் வசிக்கும் பகுதிகளை பிரித்து வெவ்வேறு மாகாண எல்லைக்குள் கொண்டு வருவதன் மூலமும், கறுப்பர்களின் வாக்கு திரட்சியை ஒன்றுமில்லாமல் செய்வது என இத்தனை காலமும் கறுப்பர்களை அரசியலாக திரள விடாமல் பார்த்துக் கொள்கிறது வெள்ளைச் சமூகம். இது ஓர் அவலம். ஆனால் இனி இது நீடிக்க வாய்ப்பில்லை. உண்மையில் வெள்ளையர்களுக்குத்தான் இது அவலம். வெள்ளையர்களின் இன்னொரு முகத்தை தெரிந்து கொள்ள கறுப்பர்களுக்கு இது ஒரு வாய்ப்பை வழங்கியிருக்கிறது. தற்போது கறுப்பர்கள் விழித்துக் கொண்டு விட்டனர்.

வாக்காளர்களுக்கு அரசியல் சாசனம் வழங்கியுள்ள, வாக்களிக்கும் உரிமையை இவர்கள் பறிப்பதன் மூலம் அரசியல் சாசன ஒழுங்கை மீறுகின்றனர். அப்படி மீறுபவர்களை பதவியிறக்கம் செய்ய சட்டத்தில் வழிவகை உண்டு. இந்த மாதிரியான உறுப்பினர்களை நீக்கி விட்டாலே, குடியுரிமை மசோதா சட்டமாவதற்கான தடைகளெல்லாம் நீங்கி விடும். சொல்லப்போனால், குடியுரிமை மசோதாவே கூட தேவைப்படாது. கறுப்பர்கள் வாக்களிக்கும் தடை நீங்கினாலே, கறுப்பர்கள் வெற்றி பெற்று நாடாளுமன்ற அவையை அலங்கரிப்பார்களே...

நான் மீண்டும் சொல்கிறேன். நான் ஜனநாயக கட்சிக்கு எதிரானவன் கிடையாது. குடியரசுக் கட்சிக்கு எதிரானவனும் கிடையாது. எதற்கும் எதிரானவனும் கிடையாது. அவர்களின் நேர்மையை நான் கேள்விக்குட்படுத்துகிறேன். கறுப்பர்களிடம்

அளிக்கும் வாக்குறுதியை அவர்கள் நிறைவேற்றினார்களா என்பதை கேள்வி கேட்கிறேன்.

தேர்தல் ஆண்டான இந்த 1964 ஆம் ஆண்டில் அரசியல் முதிர்ச்சியோடு அலசி ஆராய்ந்து வாக்களிக்க வேண்டும், தேர்தலில் வாக்களித்தால் நமக்கு என்ன கிடைக்கும், ஒருவேளை நாம் தேர்தலில் வாக்களிப்பதை புறக்கணித்தால், நாமே துப்பாக்கி தோட்டாவை தேர்வு செய்தது போலாகும். தேர்தல் ஓட்டா? துப்பாக்கி வேட்டா?

கறுப்பர்களை அரசியல் ரீதியாக ஒடுக்க, வெள்ளையர்கள் வித்தியாசமான வழியைக் கையாளுகின்றனர். அமெரிக்காவின் வடக்குப் பகுதியில் 'ஜெர்ரிமாண்டரிங்' என்ற வழிமுறையைப் பின்பற்றுகின்றனர். அதாவது கறுப்பர்கள் அதிக அளவில் வசிக்கும் பகுதிகளில், அவர்களின் வாக்கு வங்கி பலமாக இருந்து அதன் மூலம் அரசியல் அதிகாரத்தை அவர்கள் பெறத் தொடங்கினால், அது ஆபத்து என்பதை உணர்ந்த வெள்ளையன், அந்தப் பகுதியை இரண்டாகப் பிரித்து விடுவான் (Gerrymandering).

அமெரிக்க அதிபர் தேர்தல் அமைப்பு மறைமுக தேர்தலாகும். வாக்காளர்கள் நேரடியாக அதிபரைத் தேர்ந்தெடுப்பது கிடையாது. 'தேர்வு செய்வோர் அவை'யின் பிரதிநிதிகளுக்குத்தான் வாக்காளர்கள் நேரடியாக வாக்களிக்கின்றனர். 50 மாகாணங்களைக் கொண்ட அமெரிக்காவில், ஒவ்வொரு மாகாணமும் வெவ்வேறு எண்ணிக்கையில் 'தேர்வு செய்வோர் அவை' பிரதிநிதிகளைக் கொண்டிருக்கிறது. அதிக வாக்குகள் பெறும் வேட்பாளருக்கு, அந்த மாகாணத்தின் 'தேர்வு செய்வோர் அவை' பிரதிநிதிகளின் அத்தனை வாக்குகளும் சென்று விடும்.

உதாரணத்திற்கு, 1960 ஆம் ஆண்டு நடைபெற்ற அமெரிக்க அதிபர் தேர்தலை எடுத்துக் கொள்ளலாம். இந்தத் தேர்தலில் ஜனநாயக கட்சி சார்பில் ஜான் கென்னடியும், குடியரசுக் கட்சி சார்பில் ரிச்சர்ட் நிக்ஸனும் போட்டியிட்டனர். 50 மாகாணங்களில் ஒன்றான மிச்சிகன் மாகாணத்தில் கென்னடி 16,87,269 வாக்குகளும், நிக்ஸன் 16,20,28 வாக்குகளும் பெற்றனர். நிக்ஸனை விட அதிக வாக்குகள் பெற்றதால், மிச்சிகன்

மாகாணத்தின் 'தேர்வு செய்வோர் அவை'யின் 20 இடங்களும் கென்னடிக்குச் சென்றது.

அந்தத் தேர்தலில் 50 மாகாணங்களிலும் மொத்தமாக கென்னடி 3 கோடியே 2 லட்சத்து 2,098 வாக்குகளும், நிக்ஸன் 3 கோடியே 1 லட்சத்து 8,157 வாக்குகளும் பெற்றனர். கென்னடியை விட நிக்ஸன் 1,12,827 வாக்குகள்தான் குறைவாகப் பெற்றார். ஆனால், 'தேர்வு செய்வோர் அவை'யின் 303 இடங்களை வென்று கென்னடி அதிபராக வெற்றி பெற்றார். 219 இடங்களைப் பெற்று நிக்ஸன் தோல்வியடைந்தார்.

வாக்காளர்களின் பெரும்பான்மை வாக்குளைப் பெறுவதால் மட்டுமே, அதிபராகிவிட முடியாது. கடந்த 2016 ஆம் ஆண்டு நடைபெற்ற தேர்தலில், குடியரசுக் கட்சி வேட்பாளர் டொனால்ட் ட்ரம்ப் 6,29,8,828, வாக்குகளே பெற்றார். ஜனநாயகக் கட்சி வேட்பாளர் ஹிலாரி கிளிண்டன் 6,58,53,51 வாக்குகள் பெற்றார். அதாவது ட்ரம்ப்பை விட, ஹிலாரி 28 லட்சத்து 68 ஆயிரத்து 686 வாக்குகள் அதிகமாகப் பெற்றும் அவரால் அதிபராக முடியவில்லை. ஏனெனில், 'தேர்வு செய்வோர் அவை'யில் 304 இடங்களைப் பெற்று ட்ரம்ப் வெற்றி பெற்றார். 'தேர்வு செய்வோர் அவை'யில் ஹிலாரி கிளிண்டனால் 227 இடங்களையே பெற முடிந்தது.

இந்த வகையான தேர்தல் முறையால், கறுப்பர்கள் அடர்த்தியாக வசிக்கும் ஏறக்குறைய 11 மாகாணங்களில் அதிபரை நிர்ணயம் செய்யும் அளவுக்கு வாக்கு சக்தி கறுப்பர்களிடம் இருப்பதை, 1960 ஆம் ஆண்டு நடைபெற்ற அதிபர் தேர்தல் உறுதிசெய்தது. அதனால்தான் மால்கம், கறுப்பர்களின் வாக்குசக்தியை, சமயோசிதமாக பயன்படுத்தி பேர சக்தியாக்கி பயனடைய வேண்டும் என வலியுறுத்தினார்.

தேவாலயத்தில் கூடியிருந்த கூட்டம் உற்சாகமாக வரவேற்று மால்கமின் உரையை உன்னிப்பாக கவனித்துக் கொண்டிருந்தது. 'குடியுரிமை' என்ற சொல்லுக்கு மாற்று ஒன்றின் மீது கவனம் குவிக்க விரும்பிய அவர், உரையை அடுத்த கட்டத்திற்கு நகர்த்தினார்.

நான் உங்களிடம் வலியுறுத்தி சொல்ல விரும்புவது என்னவென்றால், நீங்களும் நானும் அமெரிக்காவில் எதிர்கொள்வது வெறுமனே இனவெறி பிடித்த பிரிவினைவாத சக்திகளின் சதியை அல்ல, அரசின் சதியைத்தான். நடாளுமன்றத்தில், குடியுரிமை மசோதா நிறைவேறாமல் முட்டுக்கட்டை போடுபவர்கள் அரசின் பிரநிதிகள்தான். அரசின் பிரதிநிதிகள்தான் உங்கள் பாதையில் தடைகளைப் போடுகின்றனர்.

உங்களுடைய வாக்குரிமையை பறிக்கும், பொருளாதார வாய்ப்புகளைத் தடுக்கும், வீட்டு வசதி, கல்வியை தடுக்க சதி செய்யும் இந்த அரசுக்காகத்தான் நீங்கள் வெளிநாடுகளில் போரிடுகிறீர்கள். போரிட்டு மடிகிறீர்கள். அமெரிக்க கறுப்பர்களை ஒடுக்குவது, சுரண்டுவது, சீரழிப்பது அமெரிக்க அரசாங்கம்தான், வேறு யாருமல்ல.

நீக்ரோவை இந்த அரசாங்கம் ஏமாற்றியுள்ளது. ஜனநாயகம் ஏமாற்றியுள்ளது. வெள்ளை மிதவாதிகள் ஏமாற்றியுள்ளனர். இந்தச் சூழலில் நாம் எங்கு செல்வது? முதலில் நமக்கு சில நண்பர்கள் தேவை. புதிய கூட்டணி தேவை. குடியுரிமைப் போராட்டத்திற்கு புதிய அர்த்தம் கொடுக்க வேண்டும். பரந்த பொருள் கொடுக்க வேண்டும். குடியுரிமைப் போராட்டத்தை வேறொரு கோணத்தில் உள்ளிருந்தும் வெளியிலிருந்தும் பார்க்க வேண்டும்.

'ஒரு கன்னத்திலே அறைந்தால் மறு கன்னத்தை காட்ட' மறுக்கும் இளம் நீக்ரோக்களை இப்போது நீங்கள் எதிர்கொள்கிறீர்கள். ஜாக்ஸன்வில்லே நகரில் இந்த இளம் வயதினர் வெடிகுண்டுகளை வீசுகின்றனர், இதற்கு முன்பு நீக்ரோக்கள் இதுபோல செய்ததில்லை. இது ஒரு புதிய போக்கு என்பதை காட்டுகிறது. இந்த மாதம் வெடிகுண்டு வீசினால், அடுத்த மாதம் கையெறி குண்டுகளை வீசுவார்கள், அதற்கடுத்த மாதம் இன்னொன்று... இது இப்படியே தொடர்வதை நிறுத்த தேர்தலில் வாக்களிக்கும் நிலையை எட்ட வேண்டும் அல்லது தெருவில் குண்டு வீசுவது தொடரும். சுதந்திரமா அல்லது சாவா? இது ஓர் இருவழிப்பாதை மரணம்...

கறுப்பு தேசியவாதத்தை இலக்காகக் கொண்டவர்கள் 'சமவாய்ப்பு' என்பதையே குடியுரிமைப் போராட்டத்தின் அடிநாதமாக கொள்கிறோம். ஆம், 'சமவாய்ப்பு'தான் குடியுரிமையின் தேடலே... 'சமவாய்ப்பு' இருந்தால் மட்டுமே எங்கள் முதலீட்டின் பயனைப் பெற முடியும். எங்களுடைய தந்தையர்களும், தாய்மார்களும் இரத்தம் சிந்தி, வியர்வைச் சிந்தி முதலீடு செய்துள்ளனர். 310 ஆண்டுகளாக உரிய ஊதியம் பெறாமல் இந்த நாட்டுக்காக உழைத்திருக்கிறோம். அமெரிக்கா எப்படி முன்னேறியிருக்கிறது பார்த்தீர்களா என பெருமையோடு பீற்றித் திரிகிறார்கள் வெள்ளையர்கள், ஆனால் இந்த முன்னேற்றம் எப்படி வந்தது என எப்போதாவது சிந்தித்திருப்பார்களா? உங்களால்தான், நம்மால்தான் இந்த முன்னேற்றம் ஏற்பட்டிருக்கிறது.

வெறும் உழைப்பை மட்டும் இந்த தேசத்திற்காக நாம் கொடுக்கவில்லை. ரத்தத்தையும் சிந்தியிருக்கிறோம். தேசத்திற்காக போரிட வாருங்கள் என்று அறைகூவல் விடுத்த போதெல்லாம், முதல் ஆளாய் ராணுவ சீருடையை தரித்தவன் கறுப்பன்தான். வெள்ளையன் உருவாக்கிய போர்களிலெல்லாம் முதல் ஆளாய் உயிர் விடுவது கறுப்பர்கள்தான். அமெரிக்கா, அமெரிக்கா என இன்று கூக்குரலிடுபவர்களைக் காட்டிலும் அதிகமாக இந்த தேசத்துக்காக தியாகம் செய்தவர்கள் கறுப்பர்கள்தான். இந்த தேசத்துக்காக நாம் அதிகம் இழந்திருக்கிறோம், ஆனால் குறைவாகவே பெற்றிருக்கிறோம். கறுப்புதேசியவாதத்தின் கொள்கைப்படி குடியுரிமை என்றால், எங்களுக்கானதை இப்போதே கொடுங்கள் என்பதுதான். அடுத்த ஆண்டு அல்ல. இப்போதே வேண்டும். நேற்றே கொடுத்திருக்க வேண்டும்.

ஒரு விஷயத்தை இங்கு குறிப்பிட்டுச் சொல்ல விரும்புகிறேன். உங்களுக்கு உரிமையானதை அடைய நீங்கள் முயலும் போது, அந்த முயற்சியில் தடையை வெட்டிப் போடுபவர்கள் கிரிமினல்கள். இதை உச்சநீதிமன்றமே உறுதிப்படுத்தியுள்ளது. இதுதான் இனப்பாகுபாட்டை தடுக்கும் சட்டமாகும். இனப்பாகுபாடு என்பது சட்டத்திற்கு எதிரானதாகும். இனப்பாகுபாடு என்பது சட்டத்தை மீறும் செயலாகும்.

இனப்பாகுபாடு காட்டுபவர் கிரிமினல் குற்றவாளியாவார். அவரை நீங்கள் வேறுவிதமாக முத்திரை குத்த முடியாது. இனப்பாகுபாட்டுக்கு எதிராக நீங்கள் போராடினால், சட்டம் உங்கள் பக்கம்தான், உச்சநீதிமன்றம் உங்கள் பக்கம்தான் நிற்க முடியும்.

இந்தச் சட்டத்தை இப்போது மீறுபவர்கள் யார்? போலீஸ் துறைதான்... நாய்களைக் கொண்டும் தடிகளைக் கொண்டும் இந்தச் சட்டத்தை மீறுபவர்கள் போலீஸ்காரர்கள்தான்... இனப்பாகுபாடற்ற கல்வி நிலையத்தைக் கோரி, இனப்பாகுபாடற்ற குடியிருப்புகளைக் கோரி, இனப்பாகுபாடற்ற அனைத்திற்காகவும் நீங்கள் போராடினால், அந்தப் போராட்டத்தை யார் எதிர்த்தாலும் சரி சட்டம் உங்கள் பக்கம்தான். உங்களை எதிர்ப்பவர்கள் சட்டத்தை எதிர்க்கிறார்கள், அவர்கள் சட்டத்தை மதிப்பவர்கள் அல்லர்.

இனப்பாகுபாட்டுக்கு எதிராக நீங்கள் போராட்டம் நடத்தும் போதெல்லாம், உங்கள் மீது நாய்களை ஏவி விடுகிறார்கள். அந்த நாய்களைக் கொல்லுங்கள். நாய்களை ஏவிவிடுபவர்களையும் கொல்லுங்கள். இதைச் சொல்வதற்காக என்னை சிறையில் அடைக்கலாம். அந்த நாயைக் கொல்லுங்கள். அப்போதுதான் இதற்கு முற்றுப்புள்ளி வைக்க முடியும். நான் சொல்லும் எதிர்வினை நடப்பதை இங்குள்ள வெள்ளையர்கள் விரும்பவில்லை என்றால், உடனே விரைந்து சென்று, போலீஸ் துறை இப்படி நடந்து கொள்வதைத் தடுக்க வேண்டும் என்றும் போலீஸ் துறையிலிருந்து நாய்களை நீக்க வேண்டும் என்றும் மேயரிடம் வலியுறுத்துங்கள். இதைத்தான் நீங்கள் செய்ய வேண்டும். நீங்கள் செய்யவில்லை என்றால், யாராவது இதைச் செய்வார்கள்.

கறுப்பர்களாகிய நீங்கள் இதைச் செய்யவில்லை என்றால், உங்கள் சந்ததிகள் இதை அவமானமாகக் கருதுவார்கள். சமரசம் செய்து கொள்ளாமல் நீங்கள் வாழ்வது என நான் குறிப்பிடுவது, நீங்கள் வன்முறையில் இறங்க வேண்டும் என்று அர்த்தமல்ல. அதேநேரத்தில் அகிம்சை கொள்கையை

கட்டிக் கொண்டு தொங்காதீர்கள், உங்களை எதிர்ப்பவர்களும் அகிம்சை கொள்கையைக் கடைபிடிக்கும் வரை...

அகிம்சையை கடைபிடிப்பவர்களோடு, நானும் அகிம்சையை கடைபிடிக்கிறேன். ஆனால், என் மீது வன்முறையை பிரயோகித்து, என்னை கோபம் கொள்ளச் செய்தால், நான் என்ன செய்வேன் என்பதற்கு நான் பொறுப்பேற்க முடியாது. அனைத்து நீக்ரோக்களும் கடைபிடிக்க வேண்டிய வழிமுறை இதுதான். நீங்கள் சட்டத்திற்குட்பட்டு இருங்கள். உங்கள் உரிமைகளுக்காக போராடுங்கள். தார்மீக நெறிகளுக்குட்பட்டு, நீதிக்கு இணங்க, எதன் மீது நம்பிக்கை வைத்திருக்கிறீர்களோ அதற்காக போராடி உயிர் துறங்கள். ஆனால் சாதாரணமாக உயிரை விடாதீர்கள். ஒன்றைப் பெறுவதற்காக ஒன்றை இழக்கலாம். உரிமைகளைப் பெறப் போராடி உயிர் துறக்கலாம். இதுதான் சமத்துவம் என்பதற்கான பொருள்.

நாம் இந்த வகையான சிந்தனைக்குள் புகும் போது, நமக்கு புதிய கூட்டணி தேவை. குடியுரிமை என்ற தளத்தில் இருந்து அதற்கும் மேலாக உயரிய பொருளில், அதாவது மனித உரிமை என்ற தளத்தில் போராட்டத்தை விரிவடையச் செய்ய வேண்டும். குடியுரிமை என்ற அளவில் நமது போராட்டத்தை மட்டுப்படுத்தினால், அமெரிக்க சட்டவிதிகளுக்குட்பட்டுத்தான் போராட முடியும், நாட்டிற்கு வெளியேயுள்ள நேச சக்திகள் நமக்கு ஆதரவு தர முடியாது. குடியுரிமை என்பது உள்நாட்டு விவகாரமாகி விடுவதால், நம்முடைய ஆஃப்ரிக்க நண்பர்கள், ஆசிய நண்பர்கள், லத்தீன் அமெரிக்க நண்பர்களால் நம் நாட்டின் உள்விவகாரத்தில் கருத்து சொல்ல முடியாது.

ஐ.நா. அவையில், மனித உரிமைகள் சாசனம் என்ற ஒன்றும் உள்ளதுடன், அது தொடர்பாக ஆராய்வதற்காக தனி குழுவும் உள்ளது. ஆஃப்ரிக்கா, ஹங்கேரி, ஆசியா, லத்தீன் அமெரிக்க நாடுகளில் நிகழ்த்தப்பட்ட கொடூரங்கள் அனைத்தும் ஐ.நா. அவையில் விவாதிக்கப்படுகிறது, ஆனால், நீக்ரோக்களின் பிரச்சினைகள் ஒரு போதும் ஐ.நா. அவையில் விவாதிக்கப்பட்டதில்லை என்ற செய்தி

உங்களுக்கு ஆச்சரியத்தை தரலாம். இதுவும் சதித்திட்டத்தின் ஒரு பகுதிதான்.

உங்களிடமும் என்னிடமும் நண்பர்களாக காட்டிக் கொள்ளும், தாராளவாதிகளாக காட்டிக் கொள்ளும், நமக்கும் நம்முடைய போராட்டத்திற்கும் உதவுபவர்களாக காட்டிக் கொள்ளும், நலன் விரும்பிகளாக காட்டிக் கொள்ளும் இந்த வஞ்சக வெள்ளையன், ஒரு போதும் மனித உரிமை பற்றி உங்களிடம் வாய் திறக்கமாட்டான். குடியுரிமைகள் என்பது பற்றி மட்டுமே நீங்கள் பேசும் வகையில் உங்களை மயக்கி வைத்துள்ளான். மனித உரிமை என்ற ஒன்றும் உள்ளதை நீங்கள் அறிந்து கொள்ள வேண்டும்.

குடியுரிமை போராட்டத்தை மனித உரிமை போராட்டமாக மாற்றும் போது, இந்த நாட்டில் கறுப்பர்கள் அடைந்து வரும் துன்ப, துயரங்களை ஐ.நா. அவைக்கு எடுத்துச் செல்ல முடியும், ஐ.நா. அவையின் முன் விவாதத்திற்கு கொண்டு வந்து, அமெரிக்காவை உலக நீதிமன்றத்தின் முன் நிறுத்த முடியும். மனித உரிமை என்ற முழக்கத்தின் மூலம் மட்டுமே இது சாத்தியம்.

குடியுரிமை என்று நீங்கள் முழங்கினால், வெள்ளையனின் கட்டுப்பாட்டுக்குள், அவனின் சட்டத்திற்குட்பட்டுத்தான் நாம் நிற்க வேண்டும். வெள்ளையனின் கையடக்கமான போராட்டம்தான் குடியுரிமைப் போராட்டங்கள். உங்களை முறையாக நடத்த வேண்டுமென வெள்ளையனிடம் நீங்கள் கேட்டுக் கொள்ளும் போராட்டம்தான் குடியுரிமைப் போராட்டம்.

மனித உரிமை என்பது உங்களோடேயே பிறந்தது. மனித உரிமை கடவுளால் கையளிக்கப்பட்டது. அனைத்து தேசங்களும் அங்கீகரிக்கும் ஒன்றே மனித உரிமை. மனித உரிமையை யார், எப்போது மீறினாலும் அவரை உலக நீதிமன்றத்தின் முன் நிறுத்த முடியும்.

வெள்ளையனை அண்டாமல் சுதந்திரம் கிடைக்காது என்ற சிந்தனையை உடைக்கும் விதமாக, இலக்கில்லாத குடியுரிமைப் போராட்டமும் வெள்ளையன் காட்டிய வழியில் நடைபோடும்

அரசியல் பாதையும் என்றைக்குமே கறுப்பர்களுக்கு விடுதலையைத் தேடித் தராது; கறுப்பின தேசியவாதம் ஒன்றே மாற்று என பார்வையாளர்களின் மூளையில் பதிய வைக்கும் வகையில் தன்னுடைய உரையை தொடர்ந்தார்.

கறுப்பின மக்களின் அரசியலையும், அரசியல்வாதிகளையும் கறுப்பர்தான் கட்டுப்படுத்த வேண்டும் என்பதே, கறுப்பு தேசியவாதத்தின் அரசியல் தத்துவமாகும். வேறு யாரும் கட்டுப்படுத்த அனுமதிக்க கூடாது. அரசியல் அறிவியலை கறுப்பர்களுக்கு கற்றுக் கொடுக்க வேண்டும். அரசியல் அவனுக்கு எதைக் கொடுக்கும் என்பதையும் எந்த வாக்கையும் வீணடிக்க கூடாது, ஓட்டு என்பது வேட்டுக்கு சமமானது என்பதையும் அந்தக் கல்வி மூலம் அறிந்து கொள்வான்.

அரசியலில் இலக்கை அடையும் வரை உங்கள் வாக்குச் சீட்டை சரியாக பயன்படுத்துங்கள். அடைய முடியாத தூரத்தில் இலக்கு இருந்தால் வாக்குச் சீட்டை துருப்புச் சீட்டாக பயன்படுத்துங்கள்.

கறுப்பின் தேசியவாதத்தின் பொருளாதார தத்துவம் என்பது தெளிவானதும் எளிமையானதுமாகும். நம்முடைய சமுதாயத்தின் பொருளாதாரத்தை நாம்தான் கட்டுப்படுத்த வேண்டும். நமது சமூகத்தில் உள்ள கடைகள் அனைத்தையும் ஏன் வெள்ளையர்கள் நடத்த வேண்டும்? நமது சமூகத்துக்கான வங்கிகளை ஏன் வெள்ளையர்கள் நிர்வகிக்க வேண்டும்? நமது சமூகத்தின் பொருளாதாரம் ஏன் வெள்ளையர்களின் கைகளில் இருக்க வேண்டும்? ஏன்? ஒரு கறுப்பன் வெள்ளையர்கள் வசிக்கும் பகுதியில் கடையைத் திறக்க முடியவில்லை என்றால், எப்படி கறுப்பர்கள் குடியிருக்கும் பகுதிகளில் வெள்ளையர்கள் கடையைத் திறக்க முடிகிறது? பொருளாதாரம் குறித்து கறுப்பர்களுக்கு பயிற்றுவிப்பதும் கறுப்பின தேசியவாதத்தின் ஒரு பகுதிதான்.

உங்கள் சமூகத்துடன் ஒன்றிணைந்து வாழாதவர்களுக்காக உங்களுடைய டாலரைச் செலவழித்து அவரை மேலும் மேலும் பணக்காரராக்குகிறீர்கள். ஆனால் உங்கள் சமூகம் மேலும் மேலும் ஏழையாகிக் கொண்டிருக்கிறது.

நீங்கள் கெட்டோ-வில் சேரிப் பகுதியில் வசிப்பது குறித்து ஆச்சரியப்படுகிறீர்கள். ஆதங்கப்படுகிறீர்கள். நாம் வசிக்கும் பகுதியை விட்டு வெளியே செல்லும் போது செலவழிப்பது பற்றித்தான் கவலைப்படுகிறோம். ஆனால் வசிக்கும் பகுதியிலேயே செலவழிக்கும் போது கூட, அது வெள்ளையர்கள் வைத்திருக்கும் கடைகளின் கல்லாவைத்தான் நிரப்புகிறது. தினந்தோறும் இரவில் கடையை அடைத்துவிட்டு கணக்குப் பார்க்கும் வெள்ளையன் நமது பணம் அனைத்தையும் அவன் வசிக்கும் பகுதிக்கு அள்ளிக் கொண்டு சென்று விடுகிறான். கறுப்பு தேசியவாதத்தின் பொருளாதார சித்தாந்தத்தை கறுப்பின மக்கள் உணரும் நேரம் வந்துவிட்டது.

நாம் சொந்தமாக கடை வைத்திருந்தால், சொந்தமாக தொழில் செய்தால், சொந்தமாக தொழிற்சாலையை உருவாக்கினால், நமது மக்களுக்கு நாமே வேலைவாய்ப்பை ஏற்படுத்திக் கொடுக்க முடியும். நாமே நமது பொருளாதாரத்தை கட்டுப்படுத்தும் நிலையை நாம் எட்டிவிட்டால், வெள்ளைக்காரர்களின் நிறுவனங்களில் வேலை கேட்டு நாம் போராட வேண்டிய அவசியமில்லை.

கறுப்பின தேசியவாதத்தின் சமூக சித்தாந்தம் என்பது, நமது சமூகத்தின் ஒழுக்க விழுமியங்களை சீரழிக்கும் குற்றச் செயல்கள், போதைக்கு அடிமையாகுதல் உள்ளிட்ட தீமைகளை நாம் ஒன்றிணைந்து போக்க வேண்டும் என்பதாகும்.

நமது சமூகத்தை நாம்தான் உயர்த்த வேண்டும், சமூக இருப்பின் தரத்தை உயர்த்தி அதை அழகானதாக்க வேண்டும். அதன் மூலமே நாம் திருப்தியடைய வேண்டும். அவ்வாறில்லாமல் நமக்குப் பிடிக்காத சமூகத்தை முன்மாதிரியாகக் கொள்ள வேண்டியதில்லை.

கறுப்பினத்தைச் சேர்ந்தவர்கள், வெள்ளையனை மறுமதிப்பீடு செய்வவற்காக உருவாக்கப்பட்ட சித்தனைதான் கறுப்பின தேசியவாதம் என நற்செய்தி அறிவிக்க வேண்டாம். வெள்ளையனைப் பற்றி உங்களுக்கு நன்றாகவே தெரியும்.

கறுப்பின தேசியவாதம் என்பது கறுப்பன் தன்னைத்தானே மறு ஆய்வு செய்து கொள்வதற்கான சிந்தனையாகும்.

வெள்ளைக்காரனின் மனதை மாற்ற முயல வேண்டாம். உங்களால் வெள்ளையனின் மனதை மாற்ற முடியாது. அமெரிக்காவின் தார்மிக மனசாட்சியிடம் கோரிக்கை வைப்பது வீண் - அப்படி ஒன்று அமெரிக்காவிடம் இல்லை, அமெரிக்காவின் மனசாட்சி செத்து விட்டது. அமெரிக்கா தன்னுடைய மனசாட்சியை இழந்து வெகுநாட்களாகி விட்டது. அங்கிள் சாம்-மிடம் மனசாட்சியெல்லாம் கிடையாது.

நம்முடைய மனங்களைத்தான் நாம், மாற்றிக் கொள்ள வேண்டும். கறுப்பர்க்ளைப் பற்றிய வெள்ளையனின் மதிப்பீட்டை மாற்ற முடியாது. நாம்தான் நம்மைப் பற்றிய மதிப்பீடுகளை ஒருவருக்கொருவர் மாற்றிக் கொள்ள வேண்டும். நம்மை நாமே புதிய பார்வையில் ஒருவருவரையொருவர் அணுக வேண்டும். சகோதர, சகோதரிகளாக நம்மை நாமே பாவித்துக் கொள்ள வேண்டும். நம்முடைய பிரச்சினைகளை நாமே தீர்த்துக் கொள்ளும் வகையில், அனைவரையும் அரவணைத்துச் செல்லும் பண்புடன், ஒற்றுமையையும் நல்லிணக்கத்தையும் உருவாக்க வேண்டும்.

உரையின் இறுதிப் பகுதியில், கறுப்பர்களை அரவணைத்துச் செல்லும் 'ஒன்றிணைதல்' கொள்கையை அவ்வப்போது காட்டி, ஏமாற்றி, கறுப்பர்களின் போர்க்குணத்தை நீர்த்துப் போகச் செய்யும் மோசடி இனியும் தொடரக் கூடாது என்பதை கறுப்பர்களுக்கு புரியும் மொழியில் விளக்கினார் மால்கம்.

தலைநகர் வாஷிங்டனில் சில கிறுக்குப் பிடித்த நாடாளுமன்ற உறுப்பினர்களின் மூளையில் நம்முடைய உரிமைகள் பற்றி சிந்தனை உதிக்கும் என எதிர்பார்ப்பதை நாம் நிறுத்த வேண்டும். நம்முடைய உரிமைகள் பற்றி எந்த வெள்ளைனும் நம்மிடம் வாய் திறக்க மாட்டான். சகோதர, சகோதரிகளே நன்றாக நினைவில் வையுங்கள், நாடாளுமன்றத்தின் மேலவை உறுப்பினர்களோ, கீழவை உறுப்பினர்களோ, குடியரசுத் தலைவரின் பிரகடனங்களோ வெள்ளையனுக்கு உரிமையை கொடுக்கவில்லை எனும் போது, சட்டமோ, பிரகடனமோ, உச்சநீதிமன்ற தீர்ப்போ கறுப்பர்களுக்கு உரிமையை

கொடுக்க வேண்டிய அவசியமில்லை. வெள்ளையனுக்குத் தெரியப்படுத்துங்கள் இது சுதந்திர நாடென்று... சுதந்திர நாடென்றால் சுதந்திரமாக இருக்கட்டும். இது சுதந்திர நாடாக இல்லையென்றால், அதை மாற்றுவோம்.

எதிரிகள் அகிம்சைப் பாதையில் இருக்கும் போது அகிம்சைப் பாதையிலும் வன்முறைப் பாதையில் போனால் வன்முறை வழியிலும் பிரச்சினைகளை எதிர்கொள்ள தயாராக, நேர்மையாக இருக்கும் யாருடனும் எங்கேயும் எந்த நேரத்திலும் இணைந்து பணியாற்ற நாங்கள் தயாராக இருக்கிறோம்.

எந்த வகையான 'ஒன்றிணைதல்' முறையிலும் எனக்கு நம்பிக்கை இல்லை. கறுப்பர்களும் வெள்ளையர்களும் 'ஒன்றிணைவது' பற்றி நான் அக்கறை காட்டவும் இல்லை. கவலைப்படவுமில்லை. ஏனெனில் எந்த வகையிலும் உங்களால் அதைச் சாத்தியப்படுத்த முடியாது என்பது எனக்குத் தெரியும். நீங்கள் சாவதற்குப் பயப்படுவதால் அதனை சாத்தியப்படுத்த முடியாது. வெள்ளையனை அதற்கு நீங்கள் கட்டாயப்படுத்தினால், பல்வேறு இடங்களில் அவன் வன்முறையில் இறங்கியது போல, வன்முறையில் ஈடுபடுவான்.

தனியாக ஒதுக்கப்பட்ட சமூகமாக வாழும் ஒரு சமூகத்தின் அரசியலையும் பொருளாதாரத்தையும், அவர்களோடு இணைந்து வாழாதவர்கள்தான் கட்டுப்படுத்துகின்றனர்.

வெள்ளையினச் சமூகம் ஒரு போதும் தனியாக ஒதுக்கப்பட்ட சமூகமாக கருதப்படுவது கிடையாது. ஆனால், கறுப்பின சமூகம் மட்டுமே தனியாக ஒதுக்கப்பட்ட சமூகமாக கருதப்படுகிறது. ஏன்? கறுப்பின சமூகத்தில் உள்ள பள்ளிகளையும் வங்கிகளையும் பொருளாதாரத்தையும் அரசியலையும் அனைத்தையும் வெள்ளையன்தான் கட்டுப்படுத்துகிறான். அதேபோல, உங்களுடைய சமூகத்தையும்... எப்போது உங்களை ஒருவன் கட்டுப்படுத்துகிறானோ, அப்போதுதான் நீங்கள் ஒதுக்கி வைக்கப்படுவதாக பொருள். அவன் உங்களுக்கு மோசமானதையே குறைவானதையே வழங்குகிறான்.

உங்களுடைய சமூகத்தை நீங்களே கட்டுப்படுத்துவது என்றால், நீங்கள் ஒதுக்கப்பட்ட சமூகத்தைச் சேர்ந்தவர் என்று பொருளல்ல. உங்களின் அனைத்து விகாரங்களையும் நீங்களே கட்டுப்படுத்திக் கொள்ளலாம், வெள்ளையன் தன்னுடைய சமூகத்தைக் கட்டுப்படுத்திக் கொள்வதைப் போல...

இனப்பாகுபாட்டிலிருந்து விடுபட சிறந்த வழி எதுவென்று உங்களுக்கு தெரியுமா? தங்களுடன் கறுப்பர்கள், 'ஒன்றிணைதலைப்' பற்றி பயப்படுவதை விட, கறுப்பர்கள் 'தனியாக பிரிந்து' போவதைக் குறித்துத்தான் வெள்ளையன் அதிகம் அஞ்சுகிறான். ஆனால், இனப் பாகுபாட்டோடு ஒதுக்கி, வெள்ளையனிடமிருந்து உங்களை தனிமைப்படுத்தினாலும் அவனுடைய கட்டுப்பாட்டில்தான் நீங்கள் இருப்பீர்கள். தனியாக போவதென்பது அவனை விட்டே முற்றிலும் விலகி விடுவது, அவனுடைய ஆதிக்கம் உங்கள் மீது இருக்காது. அதனால் எவ்வளவு வேகத்தில் வெள்ளையனிடமிருந்து நீங்கள் பிரிந்து போகிறீர்கள், அந்தளவு வேகத்தில் அவன் உங்களோடு ஒன்றிணைவான்.

துப்பாக்கி பற்றி எழுந்துள்ள விவாதம் பற்றி இறுதியாகவும் உறுதியாகவும் ஒன்றைச் சொல்லிக் கொள்கிறேன். நீக்ரோக்களில் உயிரையும் உடைமைகளையும் பாதுகாக்க அரசுக்கு விருப்பமில்லாத போது அல்லது பாதுகாக்க தவறும்போது நீக்ரோக்களே அவற்றை பாதுகாத்துக் கொள்ள வேண்டும் என்று நான் எப்போதும் சொல்லி வந்துள்ளேன்.

அமெரிக்க அரசியல் சாசன சட்ட திருத்தத்தில் விதி இரண்டில், துப்பாக்கி வைத்துக் கொள்ள அனைத்து குடிமகனுக்கும் உரிமை உள்ளது என்று குறிப்பிடப்பட்டுள்ளது. அரசியல் சாசனப்படி துப்பாக்கி வைத்துக் கொள்வது சட்டத்திற்குட்பட்டதுதான். துப்பாக்கி வைத்துக் கொள்ள சட்டம் அனுமதியளித்திருப்பது என்பது, உடனே ஒரு படையை உருவாக்கி வெள்ளையர்களைத் தாக்க வேண்டும் என பொருளல்ல. இதனை நீங்கள் புரிந்து கொண்டிருப்பீர்கள் என நான் நம்புகிறேன். சட்டவிரோதமாக நாம் எதுவும் செய்யப் போவதில்லை. கறுப்பர்கள் துப்பாக்கி வாங்குவதை

வெள்ளையர்கள் விரும்பவில்லை என்றால், அரசே கறுப்பர்களுக்கு துப்பாக்கிகளை வழங்க வேண்டும்.

துப்பாக்கி வைத்திருப்பது பற்றி மால்கம் தெரிவித்ததற்கு உங்கள் கருத்து என்ன என வெள்ளையன் உங்களிடம் கேட்பான்? உங்களிடையே உள்ள விலை போன கறுப்பர்களை இப்படி கேள்வி கேட்க அனுமதித்து விடாதீர்கள். நீங்கள் 'ஆமென்' என தெரிவிப்பீர்கள் என்பதை அறிந்தால், வெள்ளையன் உங்களிடம் இப்படி கேட்கமாட்டான். உங்களிடையே விலை போகிறவர்களை உருவாக்கவே இப்படி கேட்கிறான். எனவே ரைஃபிள் கிளப்களை உருவாக்குவதென்பது, சுட்டுக் கொல்வதற்காக மக்களை தேடித் திரிவதற்கல்ல. நீங்களும் மனிதர்கள்தான் என்பதை அவர்களுக்கு தெரியப்படுத்துங்கள்.

பட்ஜெட் முழுவதையும் பாதுகாப்பு துறைக்கு செலவழித்து விட்டு, நம்முடைய வரிப் பணத்தில் நமக்கு பாதுகாப்பு அளிக்க முடியவில்லை என்றால், நாமே ஒரு சில டாலர்களை — துப்பாக்கிகளின் வகைகளுக்கு ஏற்ப — செலவழித்து நம்மை நாமே பாதுகாத்துக் கொள்வோம். நீங்கள் புரிந்து கொள்வீர்கள் என்று நம்புகிறேன்.

இதுதான் என்னுடைய கடைசி உரை, நாளையே இறந்து விடுவேன் எனில் ஒரு விஷயத்தை சொல்லி விட்டுத்தான் இறப்பேன்: ஓட்டு அல்லது வேட்டு, ஓட்டு அல்லது வேட்டு.

நம்முடைய உரிமைகள் பற்றிய விவாதம் நாடாளுமன்றத்தில் நடைபெறும் போது, அதனை சட்டமாக்கவிடாமல் உறுப்பினர்கள் முட்டுக்கட்டை போடுவதற்கு வெட்கித் தலை குனிய வேண்டியுள்ளது.

கடந்த ஆண்டு நடைபெற்ற வாஷிங்டன் பேரணி குறித்து பேசி சிலாகித்துக் கொள்கிறீர்கள், ஆனால் எந்த மாற்றத்தையும் நீங்கள் பார்க்கவில்லையே. இந்த ஆண்டோ கறுப்பர்களின் நிலை இன்னும் மோசமாகியுள்ளது. ஆனால் இந்த தடவை கடந்த ஆண்டைப் போல அவர்கள் நடந்து கொள்ள மாட்டார்கள். கடந்து வருவோம் என அவர்கள் பாட்டுப் பாட மாட்டார்கள். வெள்ளையர்களோடு இணைந்து

பேரணியில் நடைபோட மாட்டார்கள். தாங்கள் எந்த வாசகங்கள் கொண்ட பதாகைகளை வைத்துக் கொள்ள வேண்டும் என்று வெள்ளையன் விரும்பினானோ அந்த ரெடிமேட் பதாகைகளை கைகளில் ஏந்தமாட்டார்கள். கொண்டாட்டங்களுக்கு போய் விட்டு வருவது போல புறப்பட மாட்டார்கள். திரும்பி வர முடியாத பயணத்திற்கு அவர்கள் தயாராக இருக்கிறார்கள். நாடாளுமன்றத்தை முடக்கும் ஆட்சியாளர்களிடம் கெஞ்சிக் கொண்டிருக்கும் அகிம்சைவாதிகளைப் போல் அவர்கள் கிடையாது, கறுப்பின தேசியவாதிகள் காத்திருக்கப் போவதில்லை.

ஜனநாயக கட்சியின் தலைவர் லிண்டன் பி. ஜான்ஸன் குடியுரிமைகளின் ஆதரவாளர் என்றால், அடுத்த வாரமே நாடாளுமன்றத்தில் அறிவிக்கட்டும், இன்றே இப்போதே கூட அறிவிக்கட்டும். அந்தக் கட்சியின் தெற்குப் பகுதி நிர்வாகிகளை கண்டிக்கட்டும். இப்போதே குடியுரிமைகளைக் குறித்து அற உணர்வுடன் கூடிய நிலைப்பாட்டை அறிவிக்கட்டும், இப்போதே... தாமதப்படுத்தாமல்... தேர்தல் வரை தாமதப்படுத்த வேண்டாம் என அவரிடம் சொல்லுங்கள். அவர் காலம் தாழ்த்திக் கொண்டே சென்றால், சகோதர சகோதரிகளே இந்த மண்ணுக்குச் சற்றும் தொடர்பில்லாத, நீங்கள் இதுவரை கனவிலும் நினைத்துப் பார்த்திராத விளைவை உண்டு பண்ணும் சூழலை ஏற்படுத்தியதற்கு அவரே பொறுப்பாவார். 1964 ஆம் ஆண்டில் அது ஓட்டு அல்லது வேட்டு என்பதேயாகும்.

நேஷன் ஆஃப் இஸ்லாம் அமைப்பிலிருந்து துண்டித்துக் கொண்ட பின் மால்கமின் போக்கும் வீச்சும் அமெரிக்க அரசியலில் கணிசமான தாக்கத்தை ஏற்படுத்தியது. அந்த அமைப்பிலிருந்து ஏராளமான தொண்டர்கள் விலகி மால்கமின் முகாமுக்கு வந்தனர். மால்கம், கிங்குடன் கைகோப்பதை வெள்ளை இனவெறியர்கள் கடும் அபாயமாகப் பார்த்தனர். இயக்க, அமைப்பு வேறுபாடின்றி ஒன்றிணைந்த கறுப்பர்களின் திரட்சி வெள்ளை இனவெறியர்களை அச்சத்தில் ஆழ்த்தியது. இந்தக் கூட்டணி இணைந்து நெடிய போராட்டங்களை முன்னெடுப்பதற்கு தடையாக மால்கமின் வெளிநாட்டுப் பயணங்கள் அமைந்தன. இருப்பினும் மால்கம் என்ற போராளி

அமெரிக்காவுக்கு மட்டுமானவர் அல்ல, அகில உலகத்துக்கும் சொந்தக்காரர் என அடையாளப்படுத்தியது அந்த வெளிநாட்டுப் பயணங்கள்தான்.

வெள்ளையனை 'பிசாசாகவே' பார்க்கப் பழகி இருந்த மால்கமுக்கு வெள்ளையர்களோடு இணைந்து போராட்டக் களம் காண்பதில் ஓர் ஒவ்வாமை இருந்து கொண்டே இருந்தது. புனித ஹஜ் பயணம் மற்றும் விரிவான ஆஃப்ரிக்க பயணத்துக்குப் பின்பு அந்தப் புள்ளியிலும் அவர் மனம் விரிவடைந்தது. அதனை அடுத்த அத்தியாயத்தில் விரிவாகப் பார்க்கலாம்.

⊙

4
அமெரிக்க அரசியல் Vs இஸ்லாமிய நாடுகளின் அரசியல்

எகிப்திய அரசாங்கம், புரட்சிகர அரசாங்கம். மதத்தின் தகுதிநிலையை குறைத்திடாத, சில புரட்சிகளில் எகிப்திய புரட்சியும் ஒன்றாகும். பெரும்பாலான புரட்சிகளில், மதத்தின் அந்தஸ்து உடனடியாக வலியுறுத்தப்படாத போது, இறுதியில் அந்தப் புரட்சி எதையோ இழக்கிறது. எப்போதுமே இது நடக்கிறது. எகிப்திய புரட்சி, மதத்தின் தகுதிநிலையை எப்போதும் குறைத்து மதிப்பிடவே இல்லை. புதிதாக உருவாகும் தொழில் நகரங்களில் அவர்கள் முதலில் நிர்மாணிப்பது பள்ளிவாசலைத்தான். தொழுவதற்கு உரிய வசதிகள் செய்து கொடுக்கப்படுகிறது. பிறகு பள்ளிக்கூடங்களைக் கட்டுகிறார்கள், மக்கள் இலவசமாக கல்வி கற்க; பின்னர் மருத்துவமனைகளைக் கட்டுகிறார்கள். ஆன்மிக மற்றும் ஒழுக்க ரீதியாக மக்களை மதம் சமநிலைப்படுத்துவதாக அவர்கள் நம்புகிறார்கள். பின்னர் அனைவரும் சிறந்த கல்வியையும், இலவச சுகாதார சேவைகளையும் பெறுகின்றனர்.

- மால்கம் X

கடைசிக் கறுப்பனுக்கும் வேண்டும் விடுதலை!

'பயணம் உங்கள் ஆன்மாவை விரிவடையச் செய்யும்' என்பது மால்கமின் பிரபலமான முத்திரைச் சொல்லாகும். அனுபவித்து ஆய்ந்துணர்ந்து இதை அவர் வெளிப்படுத்தினார். நேஷன் ஆஃப் இஸ்லாம் அமைப்பிலிருந்து வெளியேற்றப்பட்ட பின்பு MMI

இயக்கத்தை தொடங்கிய நிலையில், புனித ஹஜ் பயணம், ஆஃப்ரிக்க நாடுகளில் சுற்றுப் பயணம் என ஏறக்குறைய 40 நாட்கள் வெளிநாடுகளில் தங்கியிருந்தார். அமெரிக்காவுக்குத் திரும்பிய அவர் 20 நாட்களுக்கும் குறைவாகவே தாய்நாட்டில் இருந்தார். அப்போதுதான் OAAU எனும் மதச்சார்பற்ற அமைப்பை நிறுவினார். பின்னர் மீண்டும் ஆஃப்ரிக்க நாடுகளுக்கு சுற்றுப் பயணம் மேற்கொண்டார். அமெரிக்க நிறவெறிக்கு எதிராக, ஆஃப்ரிக்க நாடுகள் ஐ.நா. அவையில் குரல் எழுப்ப வேண்டும் என்ற கோரிக்கையை வலியுறுத்தி இந்த முறை ஆஃப்ரிக்க நாடுகளில் விரிவான சுற்றுப் பயணம் மேற்கொண்டார். 18 வார காலத்திற்கு நீண்ட பயணத்தை எந்த நோக்கத்திற்காக மேற்கொண்டாரோ அது ஐ.நா. அவையில் எதிரொலித்தது.

வெளிநாட்டுப் பயணங்களில் கிடைத்த அனுபவங்களின் வாயிலாக, மால்கம் தன்னுடைய அரசியல் பாதையையும் இயக்க கட்டமைப்பையும் செப்பனிட்டுக் கொண்டார். வெளிநாட்டுப் பயணங்கள் மூலம் அவருடைய சிந்தனையில் மூன்று முக்கிய தாக்கங்கள் ஏற்பட்டன.

1. வெள்ளையன்
2. மகளிர்
3. சர்வதேசப் பார்வை

நேஷன் ஆஃப் இஸ்லாம் அமைப்பில் இருந்தவரை இறை விரோதப் படைப்பு, பிசாசு, அழிக்கப்பட வேண்டிய இனம் என்பதுதான் வெள்ளை இனத்தைப் பற்றிய பார்வையாக இருந்தது. ஆனால், புனித ஹஜ் கடமையை நிறைவேற்றிய பின், குறுகிய இனத்துவப் பார்வையைக் கைவிட்டு வெள்ளையனும் இறைவனின் படைப்புத்தான், அவர்களையும் சகோதரர்களாகவே அணுக வேண்டும் என விசால மனம் படைத்தவராக மாறினார் மால்கம். அதேசமயம், இனவெறி பிடித்த வெள்ளையர்களை மன்னித்து ஏற்றுக் கொள்ள வேண்டும் என்றோ, நிறவெறிப் பிடித்த வெள்ளையர்களை சகித்துக் கொண்டு வாழ வேண்டும் என்றோ சமரசம் செய்து தன்னுடைய போராட்டத்தை அவர் நீர்த்துப் போகச் செய்யவில்லை.

இஸ்லாமிய மார்க்கமும் புனித ஹஜ் பயணமும் தனக்கு விடுதலையைத் தந்து, இனப்பாகுபாட்டில் இருந்து மீட்சியை வழங்கி விட்டது என்ற போதிலும், அமெரிக்காவில் உள்ள ஒட்டுமொத்த கறுப்பர்களுக்கும் விடுதலை கிடைக்கும் வரை ஓயமாட்டேன் என சூளுரைத்தார். புனித ஹஜ் பயணத்தை முடித்துக் கொண்டு அமெரிக்கா திரும்பிய பின் அவர் அளித்த பேட்டியில் இதனை தெளிவுபடுத்தினார்.

செய்தியாளர்: ஆஃப்ரிக்கா மற்றும் மத்திய கிழக்கு நாடுகளில் உள்ள வெள்ளைத் தோல் முஸ்லிம்கள் வெளிப்படுத்திய சகோதரத்துவத்தை சுட்டிக்காட்டினீர்கள். இதேபோல, இங்குள்ள வெள்ளையர்கள் முஸ்லிம்களாக இல்லாத நிலையில், கறுப்பர்களுடன் சகோதரத்துவ உறவை வெளிப்படுத்த சாத்தியமுள்ளதா?

மால்கம் X: நான் புனித பயணத்தில் இருந்த போது, வெள்ளையர்களைப் போல தோற்றமளிக்கும் முஸ்லிம்களுடன் அங்கு நெருங்கிப் பழகினேன். அந்த தோற்றமுள்ளவர்கள் அமெரிக்காவில் இருந்தால், அவர்களை வெள்ளையர்கள் என்றே வகைப்படுத்துவோம். ஆனால், அந்த முஸ்லிம்கள் தங்களை வெள்ளையர்கள் என சொல்லிக் கொள்ளவில்லை. தங்களை மனித குலத்தின் ஒரு பகுதியாகத்தான் கருதினார்கள். அதனால் மற்றவர்களையும் அதன் பகுதியாகவே அவர்கள் பாவித்தனர். ஆனால் அமெரிக்காவில் வெள்ளைத் தோல் கொண்டவர்களிடம் இதை எதிர்பார்க்க முடியாது. ஏனெனில், இஸ்லாம்தான் வெள்ளைத் தோல் கொண்டவர்களிடம் இந்த மாற்றத்தை ஏற்படுத்தியிருக்கிறது. அதனால்தான் சொல்கிறேன், அமெரிக்காவில் உள்ள வெள்ளையர்கள் இஸ்லாத்தை கற்க வேண்டும். அப்படி கற்றால், அவர்களிடமும் மாற்றம் ஏற்படலாம்.

செய்தியாளர்: கடந்த காலத்தில் வெள்ளையர்களோடு கடுமையான விரோதத்தை நீங்கள் வெளிப்படுத்தியிருந்த போதிலும், உங்களுடைய நிலைப்பாட்டில் மாற்றம் ஏற்பட்டுள்ளதால், தற்போது உங்கள் மீது அதிகம் கவனம் குவிக்கப்படுவதை நீங்க உணர்கிறீர்களா?

மால்கம் X: ஒரு விஷயத்தை தெளிவுபடுத்த நான் விரும்புகிறேன். வெள்ளையர்கள் எனக்கு எவ்வளவு மரியாதை தருகிறார்கள், வெள்ளையர்கள் என்னை எவ்வளவு தூரம் அங்கீகரிக்கிறார்கள் என்பது ஒரு பொருட்டே அல்ல. இதே மரியாதையும் அங்கீகாரமும் அமெரிக்காவில் உள்ள ஒவ்வொரு கறுப்பனுக்கும் வெள்ளையன் தர வேண்டும். அப்படி இல்லாவிட்டால் என்னை மட்டும் கொண்டாடி என்ன பயன்?

செய்தியாளர்: அல்ஹாஜ் மாலிக் அல் ஷாபாஸ் என்ற புதிய அரபு பெயரால் மக்கள் குழப்பமடைந்துள்ளனரே...

மால்கம் X: மாலிக் அல் ஷாபாஸ் என்பது பாஸ்போர்ட்டில் குறிப்பிடப்பட்டிருக்கும் பெயர். முஸ்லிம் உலகில் பயணிக்கும் போது இதனைப் பயன்படுத்துகிறேன். அதிகாரப்பூர்வமாக ஹஜ் யாத்திரையை நிறைவு செய்தவர்களை அல்ஹாஜ் என்றழைக்கின்றனர்.

செய்தியாளர்: நல்லது, இதுவரை பயன்படுத்தி வந்த X-க்குப் பதிலாக இனிமேல் ஷாபாஸ் என்ற பெயரை தொடர்ந்து பயன்படுத்தப் போகிறீர்களா?

மால்கம் X: மால்கம் X என்ற பெயரையே தொடர்ந்து பயன்படுத்துவேன். X என்ற எழுத்தை பயன்படுத்துவதற்கான சூழல் அமெரிக்காவில் நிலவும் காலமெல்லாம் அதனைப் பயன்படுத்துவேன்.

செய்தியாளர்: X என்ற எழுத்தை எடுத்து விட்டு ஷாபாஸ் என்ற வார்தைதையை பயன்படுத்தும் சூழல் இருப்பதாக நாங்க உணரவில்லை...

மால்கம் X: நான் மக்காவுக்கு சென்று, ஆஃப்ரிக்காவும் முஸ்லிம் உலகமும் என்னை முஸ்லிமாக, தங்கள் சகோதரனாக அங்கீகரித்த போது, தனிப்பட்ட முறையில் என்னுடைய பிரச்சினை தீர்ந்திருக்கலாம். ஆனால், இந்த நாட்டில் கறுப்பர்கள் அனைவரின் பிரச்சினைகளும் தீர்க்கப்படாத வரையில் என்னுடைய தனிப்பட்ட பிரச்சினை தீர்ந்ததாக நான் கருத மாட்டேன். என்னுடைய மக்களின் அநீதிக்கெதிரான

போராட்டம் தொடரும் காலம் வரையிலும் நான் மால்கம் X ஆகத்தான் இருப்பேன்.

வெள்ளையர்களை எதிரியாகப் பாவித்ததை கைவிட வெளிநாட்டுப் பயணம் உதவியதைப் போலவே, கறுப்பர்களின் இன விடுதலைக்கு வெள்ளையர்களும் பங்களிப்புச் செய்ய முடியும் என்ற பார்வையையும் மால்கமுக்கு வெளிநாட்டுப் பயணம் கொடுத்தது. அமெரிக்காவில் இருந்தவரை, வெள்ளையர்கள் எந்த வகையிலும் கறுப்பர்களின் போராட்டங்களுக்கு உதவ முடியாது என்றே நம்பி வந்த நிலையில், ஆஃப்ரிக்க கண்டத்தில் பல்வேறு நாடுகளின் விடுதலைப் போராட்டத்தில் வெள்ளைத் தோல் கொண்டவர்களின் பங்களிப்பு காத்திரமாக இருப்பதை அவர் அறிந்தார்.

இஸ்லாத்தை அணுக்கமாக பார்க்கும் இயல்பு இன்னும் அமெரிக்காவில் உருவாகவில்லை என்பதை உணர்ந்த மால்கம், மதவேறுபாடுகளைக் கடந்து அனைத்து கறுப்பர்களையும் ஒன்றிணைப்பதற்காக புதிய அமைப்பை உருவாக்க முடிவு செய்தார். ஆஃப்ரிக்கர் ஒற்றுமைச் சங்கம் (Organization of African Unity - OAU) என்ற அமைப்பு ஆஃப்ரிக்க கண்டத்தில் புதிய எழுச்சியை உருவாக்கி வருவது போல, அமெரிக்காவிலும் ஓர் அமைப்பு துளிர் விட வேண்டுமென விரும்பி, அதைப் போலவே புதிய அமைப்புக்கு பெயரையும் வைத்தார். ஆஃப்ரிக்க - அமெரிக்கர் ஒற்றுமைச் சங்கம் (Organization of Afro American Unity - OAAU) என்ற புதிய அமைப்பின் அறிமுகக் கூட்டத்தில் இப்படி அறைகூவல் விடுத்தார்:

அனைத்து கறுப்பின அமைப்புகளும் உடனே ஒன்றுபடுவதன் மூலம், நமது மக்களின் நலன்களும் நலவாழ்வும் உறுதி செய்யப்படும். நமக்கிடையிலான வேறுபாடுகளைக் களைந்து, பிணைப்பை ஏற்படுத்தி, மனித உரிமைகளை அடைவதற்கான மதச் சார்பற்ற, குறுங்குழுவாதமற்ற ஆக்கப்பூர்வமான திட்டங்களை செயல்படுத்த வேண்டும்.

இந்த மாற்றத்தைப் போல மிக முக்கியமான இன்னொரு மாற்றத்தையும் ஆஃப்ரிக்க பயணம் மால்கமுக்கு கற்றுத் தந்தது. நேஷன் ஆஃப் இஸ்லாம் அமைப்பைப் பொறுத்தவரை பெண்கள் என்பவர்கள், குடும்பப் பொறுப்புக்களை நிரப்பமாக

நிறைவேற்றும் ஓர் அலகு. கணவர், பிள்ளைகளைக் கவனிப்பது, வீட்டு வேலைகளை திறம்பட நிர்வகிப்பது மட்டுமே அவர்களின் பிரதான கடமை என, அதற்கான போதனைகளையும் வழிகாட்டல்களையுமே பெண் உறுப்பினர்களுக்கு அந்த அமைப்பு வழங்கி வந்தது. இதற்கு நேரெதிராக, பெண்கள் போராட்டங்களில் ஈடுபடுவதோடு இயக்கங்களை நிர்வகிப்பதையும் வழிநடத்துவதையும் ஆஃப்ரிக்க பயணத்தில் கண்ட மால்கம், அதன் வீரியத்தை அறிந்து தன்னுடைய இயக்க நிர்வாகத்திலும் பெண்களுக்கு கணிசமான இடத்தை உறுதி செய்தார்.

இந்தப் பார்வைகளைத் தாண்டி, இன்னொரு மிக மிக முக்கியமான பார்வையை அவருக்கு கொடுத்தது வெளிநாட்டுப் பயணம். ஆஃப்ரிக்காவில் சுற்றுப் பயணம் மேற்கொண்ட போது, அமெரிக்காவில் வாழும் கறுப்பர்கள் சுகபோகமாக வாழ்வதாக, ஆஃப்ரிக்க நாடுகளில் அமெரிக்கா பிரச்சாரம் செய்திருப்பதை மால்கமால் அறிய முடிந்தது. இந்த மோசடி பிரச்சாரத்தை வலுப்படுத்துவதற்காக, அமெரிக்க அரசு டன் கணக்கில் டாலர்களை செலவிட்டு வருவதையும் அறிந்து ஆத்திரமுற்றார் மால்கம். மறுபக்கம், அமெரிக்காவில் வாழும் கறுப்பர்களின் அவலங்களைப் பற்றிப் பேசிய ஆஃப்ரிக்க தலைவர்களை குடியுரிமை அமைப்புகளின் தலைவர்கள் கண்டித்ததையும் ஒப்பிட்டுப் பார்த்து எரிச்சலடைந்தார்.

ஆஃப்ரிக்க கண்டத்தில் விரிவான பயணம் மேற்கொள்ளும் வாய்ப்பு எனக்கு கிடைத்தது. எகிப்து, அரேபியா, குவைத், லெபனான், சூடான், எத்தியோப்பியா, கென்யா, தான்சானியா, நைஜீரியா, கானா, கினியா, லைபீரியா மற்றும் அல்ஜீரியா ஆகிய நாடுகளுக்குச் சென்றேன். இந்தப் பயணத்தின் போது ஒரு விஷயத்தைக் கண்டுபிடித்தேன். ஆஃப்ரிக்கர்கள் நம்முடைய பிரச்சினையில் உண்மையான அக்கறை காட்டாதபடி, ஆஃப்ரிக்க கண்டத்தில் யாரோ விதையை மிகவும் சாதுர்யமாக விதைத்துள்ளனர். ஆஃப்ரிக்கர்களின் பிரச்சினையில் நாம் அக்கறை காட்டாதபடி, நம்முடைய உள்ளங்களில் விஷமத்தனமாக விதையை ஊன்றியிருக்கிறார்கள் அல்லவா, அதே போல...

அதே சமயம் இன்னொன்றையும் அங்கு நான் கண்டேன். ஆஃப்ரிக்க நாடுகளின் தலைவர்கள், அமெரிக்க கறுப்பர்களின் பிரச்சினைகளில் உண்மையான அக்கறை கொண்டிருக்கின்றனர். ஆனால், அமெரிக்க கறுப்பர்களுக்காகக் குரல் கொடுத்தால், அமெரிக்காவில் உள்ள நீக்ரோ தலைவர்களால் அவமதிக்கப்படுவோம் என அவர்களில் பலர் அஞ்சுகின்றனர். ஏனெனில் ஆசிய நாட்டு தலைவர் ஒருவர் அமெரிக்க கறுப்பர்களுக்காகக் குரல் கொடுத்த போது, 'உங்களுடைய இது போன்ற உதவி எங்களுக்கு தேவையில்லை' என குடியுரிமை அமைப்புகளின் இரண்டு தலைவர்கள் முகத்தில் அறைந்தாற் போல கூறியிருக்கின்றனர். இதை உச்சக்கட்ட முட்டாள்தனம் என்பேன். அமெரிக்க கறுப்பர்களின் நிலை குறித்து ஆஃப்ரிக்க தலைவர்கள் ராஜாங்க ரீதியில் கருத்து சொன்னால் மட்டும்தான், சர்வதேச அரங்கில் அது நிராகரிக்க முடியாத நிலையை எட்டும்.

ஆக, அமெரிக்க அரசு விரும்பும் வகையிலான போராட்ட வடிவம்தான் குடியுரிமை போராட்டங்கள் என முடிவுக்கு வந்த மால்கம், கறுப்பர்களின் அவலங்களை குடியுரிமை என்ற அளவில் சுருக்குவதைக் கைவிட்டு, மனித உரிமை தளத்திற்கு அதனை உயர்த்த வேண்டுமென தீர்மானித்தார்.

நாம் இந்த வகையான சிந்தனைக்குள் புகும் போது, நமக்கு புதிய கூட்டணி தேவை. குடியுரிமை என்ற தளத்தில் இருந்து அதற்கும் மேலாக உயரிய பொருளில், அதாவது மனித உரிமை என்ற தளத்தில் போராட்டத்தை விரிவடையச் செய்ய வேண்டும். குடியுரிமை என்ற அளவில் நமது போராட்டத்தை மட்டுப்படுத்தினால், அமெரிக்க சட்டவிதிகளுக்குட்பட்டுத்தான் போராட முடியும், நாட்டிற்கு வெளியேயுள்ள நேச சக்திகள் நமக்கு ஆதரவு தர முடியாது. குடியுரிமை என்பது உள்நாட்டு விவகாரமாகி விடுவதால், நம்முடைய ஆஃப்ரிக்க நண்பர்கள், ஆசிய நண்பர்கள், லத்தீன் அமெரிக்க நண்பர்களால் நம் நாட்டின் உள்விவகாரத்தில் கருத்து சொல்ல முடியாது.

ஐ.நா. அவையில், மனித உரிமைகள் சாசனம் என்ற ஒன்றும் உள்ளதுடன், அது தொடர்பாக ஆராய்வதற்காக

தனி குழுவும் உள்ளது. ஆஃப்ரிக்கா, ஹங்கேரி, ஆசியா, லத்தீன் அமெரிக்க நாடுகளில் நிகழ்த்தப்பட்ட கொடூரங்கள் அனைத்தும் ஐ.நா. அவையில் விவாதிக்கப்படுகிறது, ஆனால், நீக்ரோக்களின் பிரச்சினைகள் ஒரு போதும் ஐ.நா. அவையில் விவாதிக்கப்பட்டதில்லை என்ற செய்தி உங்களுக்கு ஆச்சரியத்தை தரலாம். இதுவும் சதித்திட்டத்தின் ஒரு பகுதிதான்.

உங்களிடமும் என்னிடமும் நண்பர்களாக காட்டிக் கொள்ளும், தாராளவாதிகளாக காட்டிக் கொள்ளும், நமக்கும் நம்முடைய போராட்டத்திற்கும் உதவுபவர்களாக காட்டிக் கொள்ளும், நலன் விரும்பிகளாக காட்டிக் கொள்ளும் இந்த வஞ்சக வெள்ளையன், ஒரு போதும் மனித உரிமை பற்றி உங்களிடம் வாய் திறக்கமாட்டான். குடியுரிமைகள் என்பது பற்றி மட்டுமே நீங்கள் பேசும் வகையில் உங்களை மயக்கி வைத்துள்ளான். மனித உரிமை என்ற ஒன்றும் உள்ளதை நீங்கள் அறிந்து கொள்ள வேண்டும்.

குடியுரிமை போராட்டத்தை மனித உரிமை போராட்டமாக மாற்றும் போது, இந்த நாட்டில் கறுப்பர்கள் அடைந்து வரும் துன்ப, துயரங்களை ஐ.நா. அவைக்கு எடுத்துச் செல்ல முடியும், ஐ.நா. அவையின் முன் விவாதத்திற்கு கொண்டு வந்து, அமெரிக்க அங்கிள் சாம்-களை உலக நீதிமன்றத்தின் முன் நிறுத்த முடியும். மனித உரிமை என்ற முழக்கத்தின் மூலம் மட்டுமே இது சாத்தியம்.

குடியுரிமை என்று நீங்கள் முழங்கினால், இந்த அங்கிள் சாம்-மின் கட்டுப்பாட்டுக்குள், அவனின் சட்டத்திற்குட்பட்டுத்தான் நாம் நிற்க வேண்டும். வெள்ளையனின் கையடக்கமான போராட்டம்தான் குடியுரிமைப் போராட்டங்கள். உங்களை முறையாக நடத்த வேண்டுமென அங்கிள் சாம்-மிடம் நீங்கள் கேட்டுக் கொள்ளும் போராட்டம்தான் குடியுரிமைப் போராட்டம்.

மனித உரிமை என்பது உங்களோடேயே பிறந்தது. மனித உரிமை கடவுளால் கையளிக்கப்பட்டது. அனைத்து தேசங்களும் அங்கீகரிக்கும் ஒன்றே மனித உரிமை. மனித

உரிமையை யார், எப்போது மீறினாலும் அவரை உலக நீதிமன்றத்தின் முன் நிறுத்த முடியும்.

அதுமட்டுமல்ல, இந்தப் பார்வையை வரலாற்று ரீதியாகவும் அணுகினார் மால்கம். அமெரிக்கா அரசு கறுப்பர்களுக்கு ஏதாவது நன்மை செய்திருக்கிறது என்றால் அது சர்வதேச அழுத்தங்களால் மட்டுமே சாத்தியமாகி இருக்கிறது என்பதை வரலாற்று வெளிச்சத்தில் கறுப்பர்களுக்கு புரிய வைத்தார்.

1939-க்கு முன்னர் கறுப்பர்களின் நிலைமை மிக மோசமாக இருந்தது. ஹோட்டல் பணியாளர்களாக, சுமை தூக்குபவர்களாக, தூய்மைப் பணியாளர்களாக, இது போன்ற பணிகள் மட்டுமே அவர்களுக்கு கிடைத்தன. ஜெர்மனியுடன் போரைத் தொடங்கியவுடன், அமெரிக்காவில் தொழிற்சாலைகளிலும் ராணுவத்திலும் ஆட்பற்றாக்குறை ஏற்பட்டது. போர் தொடங்கியவுடன் கறுப்பர்களுக்கு சில கதவுகள் திறந்து விடப்படுகிறது. மனசாட்சி உலுக்கியோ, அறம் சார்ந்த விழிப்புணர்வடைந்தோ வெள்ளையன் இப்படிச் செய்யவில்லை. கறுப்பர்கள் ஒரு படி முன்னேற வெள்ளையன் அனுமதித்தாலும், அவனுடைய கண் நம் மேலே இருந்து கொண்டேதான் இருந்தது.

1939, 40, 41-களில் ராணுவத்திலும் கடற்படையிலும் கறுப்பர்கள் இணைய முடியாது. சமையல்காரர்களாக தவிர, கறுப்பர்களை படையாட்களாக ராணுவத்தில் சேர்ப்பதில்லை. போர் தொடங்கியவுடனேயேகூட கறுப்பர்களை ராணுவத்தில் சேர்த்துக் கொள்ளவில்லை. அவர்கள் நம்மை நம்பவில்லை, அதாவது கறுப்பர்களை ராணுவத்தில் சேர்த்து, அவர்களுக்குப் பயிற்சி அளித்தால், வேறு ஏதவாது இலக்கைச் சுட வாய்ப்பிருப்பதாக (அதாவது வெள்ளையர்களை சுட்டு விட வாய்ப்பிருப்பதாக) அவர்கள் பயந்தனர். ஆனால், நாமும் அவர்களுக்குத் தேவை.

பின்னர் நீக்ரோக்களை ராணுவத்தில் அனுமதித்தனர். போரில் ஹிட்லரும் டோஜோவும் வெளிநாட்டு சக்திகளும் அமெரிக்காவுக்கு கடும் அழுத்தம் கொடுத்த பின், (வெள்ளையர்கள் கட்டாய ராணுவ சேவையாற்ற அனுப்பப்பட்டதால்) தொழிலாளர்கள் பற்றாக்குறை ஏற்பட்டு

தொழிற்சாலைகளுக்குள் கறுப்பர்கள் அனுமதிக்கப்பட்டனர். அதுவரை அனுமதித்ததில்லை. அமெரிக்காவின் வடக்குப் பகுதியிலும் தெற்குப் பகுதியிலும் இதுதான் நிலை. தொடக்கத்தில் தூய்மைப் பணியாளர்களாகத்தான் உள்ளே விட்டனர். நாட்கள் செல்லச் செல்ல எந்திரங்களை இயக்க அனுமதித்தனர். அதனால் கொஞ்சம் திறமைகளைப் பெற்றோம். திறமைகளைப் பெறும் போது, கொஞ்சம் கூடுதலாக ஊதியம் கிடைத்தது. அதன் மூலம் கொஞ்சம் நல்ல இடங்களில் வசிக்கத் தொடங்கினோம். அதனால், நல்ல பள்ளிகளுக்குச் சென்று கல்வி கற்க முடிந்தது. கல்வி கற்ற பின்பு அதன் மூலம் நல்ல வேலையைப் பெற்றோம். இப்படியாக நிலைமை கொஞ்சம் மாறத் தொடங்கியது.

அமெரிக்க அரசின் அறவுணர்வு மிக்க அக்கறை காரணமாக, கறுப்பர்களின் நிலைமை மேம்பாடடையவில்லை. கொஞ்சம் நிலைமை மாறியதற்கு காரணம், அமெரிக்க அரசின் மீது விழுந்த உலக நாடுகளின் அழுத்தமே. எங்களை சக மனிதர்களாகக் கருதி, முன்னேற வழியமைத்துக் கொடுத்தார்கள் என்று இதற்கு பொருள் கொள்ள முடியாது. அவர்களுக்குத் தேவை என்பதால் இதைச் செய்தார்கள். சக மனிதர்களாகக் கருதி, நாங்கள் முன்னேற அவர்கள் எப்போதுமே அனுமதித்தது கிடையாது. இந்த நாட்டின் வரலாறு, சமூகவியல், அரசியல் அறிவியல், பொருளாதார வளர்ச்சி ஆகியவற்றோடு இந்நாட்டின் இன உறவைப் பற்றிய அறிவு உங்களுக்கு இருந்தால் - இது பற்றிய சிறிய ஆய்வை மேற்கொண்டால், இது உண்மை என்பதை ஒப்புக்கொள்வீர்கள்.

ஹிட்லரும் டோஜோவும் அமெரிக்காவோடு போரிட்ட நாட்களில்தான் கறுப்பர்கள் கொஞ்சம் முன்னேறினர். ஜெர்மனி, ஜப்பானுடன் போர் முடிவுக்கு வந்த பிறகு, ஜோ ஸ்டாலினும் ரஷ்யாவும் அச்சுறுத்தலாக மாறின. அப்போதும் கறுப்பர்கள் இன்னும் கொஞ்சம் முன்னேறினர். நான் குறிப்பிட விரும்பும் முக்கிய விஷயம் இதுதுதான்: அமெரிக்க வரலாற்றில், அமெரிக்க அரசின் நல்லெண்ணம் காரணமாக நாம் எப்போதுமே முன்னேற்றத்தைக் கண்டதில்லை. அமெரிக்க அரசின் கட்டுப்பாட்டுக்குள் இல்லாத புறச்

சக்திகளின் அழுத்தம் இருந்த நாட்களில்தான் நாம் சற்று முன்னேறியிருக்கிறோம். தார்மீக அறவுணர்வு அற்றுப் போன ஒரு நாடுதான் அமெரிக்கா. நம்மை அடிமைகளாக இங்கு கொண்டு வந்த போதே அவர்களிடம் தார்மீக அறவுணர்வு அற்றுப் போயிருந்தது. நம்மீது நல்லெண்ணம் கொண்டிருப்பதாக அவர்கள் ஒரு மாயத் தோற்றத்தை ஏற்படுத்துகிறார்கள். அந்தத் தோற்றத்தை நீங்கள் கவனித்தால், பல எட்டுக்கள் நம்மை முன்னேற்றியிருப்பதைப் போல தோற்றம் தரும். அந்த பல படிகள் ட்ரெட் மில்-லில் முன்னேறியதைப் போலத்தான்... ட்ரெட் மில் பின்னோக்கிச் செல்லும் நாம் முன்னேறுவது போல தெரியும், ஆனால், இங்கோ நாம் பின்னோக்கிச் சென்று கொண்டிருக்கிறோம்.

(மாணவர்கள் அறப்போராட்ட ஒருங்கிணைப்பு குழு (Student Nonviolent Coordinating Committee - SNCC) சார்பில், மிஸ்ஸிசிப்பி மாகாணத்தைச் சேர்ந்த குடியுரிமைப் போராட்டங்களில் பங்கேற்று வரும் 37 இளைஞர்கள், 8 நாட்கள் சுற்றுப் பயணமாக கிறிஸ்துமஸ் கொண்டாட நியூயார்க் நகருக்கு அழைத்து வரப்பட்டிருந்தனர். இந்தப் பயணத்தின் ஒரு பகுதியாக, அந்த இளைஞர்கள் மால்கமைப் பார்க்க வந்திருந்தனர். அந்த இளைஞர்களுக்கு நம்பிக்கையளிக்கும் வகையில், 1965 ஆம் ஆண்டு ஜனவரி ஒன்றாம் தேதி, அவர் மேற்கண்டவாறு உரை ஆற்றினார்.)

வெள்ளையர்களைப் பற்றிய பார்வையில் மால்கமிடம் மாற்றம் ஏற்பட்ட பிறகு, அவருடன் குடியுரிமை அமைப்புகள் நெருக்கம் காட்டத் தொடங்கின. 1964 ஆம் ஆண்டில் குடியுரிமை அமைப்புகளின் சார்பில், கறுப்பர்களை வாக்காளர் பட்டியலில் இணைக்கும் இயக்கங்கள் உட்பட பல்வேறு போராட்டங்கள் முன்னெடுக்கப்பட்டன. இதனையெல்லாம் சகித்துக் கொள்ளாத வெள்ளை இனவெறியர்கள் கறுப்பர்களின் தேவாலயத்தில் பயங்கரவாத தாக்குதலை நடத்தி நான்கு கறுப்பினச் சிறுமிகளை படுகொலை செய்தனர். வாக்காளர் பட்டியலில் கறுப்பர்களை இணைக்கும் பணிகளில் ஈடுபட்ட மூன்று இளைஞர்கள் காணாமல் போய், இறுதியில் அவர்கள் கொன்று புதைக்கப்பட்டது தெரிய வந்தது. அந்த மூன்று இளைஞர்களில் ஒருவர் வெள்ளையர் என்பது குறிப்பிடத்தக்கது.

இப்படி வெள்ளை இனவெறியர்களின் அட்டூழியம் நாளுக்கு நாள் அதிகரிக்க, இந்தப் பிரச்சினையை ஐ.நா. அவையின் முன் கொண்டு செல்வது என்ற மால்கமின் திட்டத்திற்கு, குடியுரிமை அமைப்புகள் ஆதரவு தெரிவித்தன.

இந்தத் திட்டத்தை வெற்றிகரமாக முன்னெடுத்து வந்தார் மால்கம். இதனால் அவரை ஓர் ஆழ்ந்த ஞானமுள்ள வழிகாட்டியைப் (Mentor) போல குடியுரிமை அமைப்புகளின் தலைவர்களும் தொண்டர்களும் அணுகத் தொடங்கினர். அப்படித்தான் SNCC அமைப்பின் இளைஞர்கள் அவரைச் சந்தித்து வழிகாட்டுதல் பெற்றனர். மறுபுறம், ஆஃப்ரிக்க நாடுகளில் அமெரிக்காவின் பிம்பத்தை தரம்தாழச் செய்ததாக மால்கம் மீது அமெரிக்க அரசு கொலை வெறியில் இருந்தது.

ஆம், உண்மையில் கொலை வெறிதான். அவர் 1965 ஆம் ஆண்டு பிப்ரவரி 9 ஆம் தேதி, அதாவது அவர் கொல்லப்படுவதற்கு சரியாக 13 நாட்களுக்கு முன்பு, லண்டனிலிருந்து ஃபிரான்ஸ் தலைநகர் பாரிசுக்குச் சென்றார். அன்று மாலை பிரபல Maison de la Mutualite அரங்கில் உரையாற்றுவதற்காக விமான நிலையத்தில் இறங்கினார். விமானத்திலிருந்து இறங்கி தரையில் கால் வைத்ததுமே, அந்நாட்டின் குடியேற்ற அதிகாரிகள் அவரை நாட்டுக்குள் செல்ல விடாமல் தடுத்து நிறுத்தி, அடுத்த விமானத்திலேயே லண்டனுக்கு திருப்பி அனுப்பினர்.

இத்தனைக்கும், கடந்த ஆண்டு ஆஃப்ரிக்க சுற்றுப் பயணத்தின் போது நவம்பர் 23 ஆம் தேதி பாரிஸ் நகரில் இதே அரங்கில் மால்கம் உரையாற்றி இருக்கிறார். அவர் உரையாற்றி விட்டுச் சென்ற பின்பு எந்தப் பிரச்சினையும் அங்கு எழவில்லை. யாரும் புகார் அளிக்கவுமில்லை. இந்த முறை அவர் உரையாற்ற வருவதற்கும் யாரும் எதிர்ப்பு தெரிவிக்கவிலை, புகார் அளிக்கவில்லை. அப்படி இருந்தும், மால்கமை நாட்டுக்குள் அனுமதிக்க ஃபிரான்ஸ் அரசு உறுதியாக மறுத்து விட்டது. பாரிஸில் வைத்து அவரைக் கொலை செய்ய திட்டமிட்டிருப்பதாக கிடைத்த உளவு தகவலின் அடிப்படையில், தங்கள் மண்ணில் வைத்து இந்தப் படுகொலை நிகழக் கூடாது என்ற காரணத்திற்காக மால்கமை அவசர அவசரமாக திருப்பி

அனுப்பியதாக ஆய்வாளர்கள் கருதுகின்றனர். *(The Judas Factor: The Plot to Kill Malcolm X by Karl Evanzz)*

விமானத்தில் வெடிகுண்டு ஏதாவது இருந்து, அது நடுவானில் வெடித்து மால்கம் கொல்லப்பட வாய்ப்பிருப்பதாக கருதிய ஃபிரான்ஸ் குடியேற்றத்துறை அதிகாரிகள், விமானத்தை முழுவதுமாக சோதனை செய்த பின்பே மால்கமை விமானத்தில் ஏற்றி அனுப்பி வைத்தனர். வெளிநாட்டில் வைத்து மால்கமைக் கொல்வதற்கான முதல் முயற்சி அல்ல இது. ஏற்கனவே ஆகஸ்ட் 6 ஆம் தேதி (1964) எகிப்தின் அலெக்ஸாண்டிரியா நகரத்தில் ஒரு ஹோட்டலில் உணவருந்திய போது, உணவில் விஷம் வைத்து மால்கமை கொல்ல முயற்சி நடந்தது. மருத்துவரின் உதவியால் அப்போது அவர் உயிர்பிழைத்தார்.

வெளிநாட்டுப் பயணங்களின் போது சிஐஏ அதிகாரிகள் மால்கமை தொடர்ந்து உளவு பார்த்து வந்தனர். எவ்வளவு விரைவாக மால்கமைக் கொல்ல முடியுமோ அவ்வளவு விரைவாக, அமெரிக்க அரசைப் பற்றிய நல்லெண்ணத்தை ஆஃப்ரிக்க நாடுகளில் தக்க வைக்க முடியும் என நம்பியது அந்நாட்டு அரசு. ஆஃப்ரிக்க தேசங்களில் மால்கம் ஏற்படுத்திய தாக்கம் அந்தளவுக்கு இருந்தது. பல்வேறு ஆஃப்ரிக்க நாடுகளின் அதிபர்கள், ஆட்சியாளர்கள், அதிகாரிகளைச் சந்தித்தும் பல்கலைக்கழகங்களில் மாணவர்கள் முன்பு உரையாற்றியும் அமெரிக்க கறுப்பர்களின் அவலங்களை விரிவாக எடுத்துரைத்தார். எகிப்து அதிபர் கமால் அப்துல் நாசர் தலைமையில் கெய்ரோவில் OAU-வின் இரண்டாவது மாநாடு ஜூலை 17 ஆம் தேதி (1964) தொடங்கியது. 34 ஆஃப்ரிக்க நாடுகளின் பிரதிநிதிகள் கலந்து கொண்ட, 5 நாட்கள் நடைபெற்ற மாநாட்டின் முதல் நாளிலேயே மால்கமின் கோரிக்கை மனு, மாநாட்டில் கலந்து கொண்ட அனைவருக்கும் வழங்கப்பட்டது. அதன் ஒரு சிறிய பகுதி இதோ:

> தென்னாஃப்ரிக்காவை விட மிகவும் இழிவான தேசம் அமெரிக்கா, ஏனெனில் இனவெறி மட்டுமல்ல, வஞ்சகமும் பாசாங்குத்தனமும் கொண்ட நாடு அமெரிக்கா. தென்னாஃப்ரிக்கா இன அடிப்படையில் பிரிவினையைப் போதிக்கிறது, அதையே நடைமுறைப்படுத்தவும்

செய்கிறது. குறைந்தபட்சம், அந்த நாடு எதைச் சொல்கிறதோ அதையே நடைமுறைப்படுத்துகிறது. இன ஒற்றுமையை பின்பற்றுவதாக அமெரிக்கா பிரசங்கம் செய்கிறது, ஆனால், இனங்களுக்கிடையே பிரிவினையை நடைமுறைப்படுத்துகிறது. ஒன்றைச் சொல்லும் அமெரிக்கா, மற்றொன்றை நயவஞ்சகமாக நடைமுறைப்படுத்துகிறது. தென்னாஃப்ரிக்கா கொடிய ஓநாய் போன்றது, கறுப்பினத்திற்கு வெளிப்படையாகவே விரோதமானது. ஆனால் அமெரிக்காவோ புன்னகையை தவழவிட்டு நட்பு பாராட்டி நரியைப் போல தந்திரமாக செயல்படும் நாடு. ஓநாய் மற்றும் நரி இரண்டும் மனிதகுலத்தின் எதிரிகள், இரண்டும் கொடூரமான வேட்டை விலங்குகள், சிக்கியவர்களை கொடூரமாக தாக்குகின்ற இரண்டும் ஒரே நோக்கங்களைக் கொண்டுள்ளன, ஆனால் செயல்முறைகளில் மட்டுமே வேறுபடுகின்றன.

ஆஃப்ரிக்கர்களின் மனித உரிமைகளை மீறுவதற்காக, தென்னாஃப்ரிக்க தேசத்தை குற்றவாளி எனும் போது, அமெரிக்கக் கண்டத்தில் உள்ள 22 மில்லியன் ஆஃப்ரிக்கர்களை மோசமாக நடத்தும் அமெரிக்காவும் குற்றவாளியே... தென்னாஃப்ரிக்க இனவாதம் உள்நாட்டுப் பிரச்சினை இல்லை என்றால், அமெரிக்க இனவெறியும் உள்நாட்டுப் பிரச்சினை அல்ல. 22 மில்லியன் அமெரிக்க கறுப்பர்களின் உயிர்களையும் உடைமைகளையும் பாதுகாக்க, தார்மீக ரீதியில் அமெரிக்க அரசாங்கம் திறமையற்றது என்ற அடிப்படையில், ஐ.நா. அவையில் எங்களின் பிரச்சினையை எழுப்ப உதவுமாறு சுதந்திர ஆஃப்ரிக்க நாடுகளிடம் நாங்கள் மன்றாடுகிறோம். எங்களின் அவலநிலை தொடர்ந்து அதிகமாகி வருவது நிச்சயமாக உலக அமைதிக்கு அச்சுறுத்தலாக மாறும் என்ற அடிப்படையிலும் இந்த கோரிக்கையை உங்கள் முன் வைக்கிறோம்.

ஆஃப்ரிக்க பயணத்தின் உச்சக்கட்டமாக, அக்டோபர் 22 ஆம் தேதி (1964) கென்ய நாடாளுமன்றத்தில் மால்கம் உரையாற்றினார். ஐ.நா. அவையில், அமெரிக்க கறுப்பர்களின் மனித உரிமை தொடர்பாக தீர்மானம் கொண்டு வரவேண்டியதன் அவசியத்தையும், அதற்கு ஐ.நா.-வில் அங்கம் வகிக்கும்

ஆஃப்ரிக்க நாடுகள் எப்படி உதவ முடியும் என்பதையும் விரிவாக விளக்கிப் பேசினார். இறுதியில் கென்ய நாடாளுமன்றத்தில் மால்கமின் கோரிக்கைக்கு ஆதரவாக தீர்மானம் கொண்டு வரப்பட்டு நிறைவேற்றப்பட்டது. மால்கமின் ஆஃப்ரிக்க பயணத்தில், இது மிகப் பெரிய வெற்றியாகக் கருதப்படுகிறது.

ஆஃப்ரிக்க நாடுகளில் சுற்றுப் பயணம் மேற்கொண்டு மால்கம் எடுத்து வந்த முயற்சிகளின் தாக்கம் அமெரிக்காவில் உடனடியாக பிரதிபலித்தது. மால்கம் ஹஜ் மற்றும் முதல் கட்ட ஆஃப்ரிக்க சுற்றுப் பயணத்தை முடித்துக் கொண்டு திரும்பியவேளையில், மே *21* ஆம் தேதி *(1964)* நியூயார்க் நகரில் நடைபெற்ற ஆஃப்ரிக்க நாடுகளின் பிரதிநிதிகளின் மாநாட்டில் பேசிய நைஜீரியாவின் தொழிலாளர் துறை அமைச்சர் மொடுபே ஜான்ஸன், "ஆஃப்ரிக்க தேசங்களில் அமெரிக்காவைப் பற்றிய நல்லெண்ணத்தை ஏற்படுத்த அமெரிக்கா செலவிட்ட தொகை அனைத்தும் வீணாகிக் கொண்டிருக்கிறது. கறுப்பர்களிடம் காட்டப்பட்டு வரும் இனப்பாகுபாட்டால் ஆஃப்ரிக்கர்களிடம் தொடர்ந்து நல்லெண்ணத்தை இழந்து வருகிறது அமெரிக்கா" என குறிப்பிட்டார். இது அமெரிக்க வெளியுறவுக் கொள்கையின் மீது விழுந்த முதல் அடி.

அடுத்த அடி ஐ.நா. அவையில் விழுந்தது. அப்போது ஆஃப்ரிக்க நாடுகளில் ஒன்றான காங்கோ நாட்டில் உள்நாட்டுக் குழப்பம் உச்சத்தில் இருந்தது. ஏகாதிபத்திய சக்திகளின் கைக்கூலி ஆட்சியாளர்களுக்கு எதிராக உள்நாடு கிளர்ச்சியாளர்கள் கலகத்தில் ஈடுபட்டிருந்தனர். இதனை முறியடிக்க அமெரிக்கா சந்தர்ப்பத்தை எதிர்பார்த்து காத்திருந்தது. பிணைக் கைதிகளாக பிடித்து வைக்கப்பட்டுள்ள அமெரிக்க குடிமக்களை மீட்கும் சாக்கில் அமெரிக்க துருப்புகள், காங்கோவில் இறங்கின. அமெரிக்க துருப்புகள், காங்கோவின் அப்பாவி பொதுமக்களை கொன்று குவிப்பதாக குற்றச்சாட்டு எழுந்த நிலையில், *1964* ஆம் ஆண்டு, டிசம்பர் ஒன்றாம் தேதி, ஐ.நா. அவை கூடியது. ஐ.நா. பொது அவையின் தலைவரை, சுழற்சி முறையில் ஒவ்வோராண்டும் தேர்வு செய்வது வழக்கம். இந்த ஆண்டு தலைவர் பதவிக்கு கானா தேசத்தவரை நியமிக்க வேண்டும். கானாவின் ராஜதந்திரி அலெக்ஸ் குவாய்ஸன் சேக்கி தலைவராக நியமிக்கப்பட்டார். ஐ.நா. பொது அவையின் முதல் கறுப்பின

தலைவர் என்ற பெருமையைப் பெற்ற குவாய்ஸன், ஆஃப்ரிக்க மேலாதிக்கத்தை ஐ.நா. அவையில் நிலைநிறுத்தும் ஆர்வத்தை உடனே செயல்படுத்தினார்.

பதவியேற்ற முதல் நாளே, ஐ.நா. பொது அவையில் அமெரிக்காவின் அடாவடித்தனங்களை அம்பலப்படுத்தத் தொடங்கினார். "அமெரிக்க துருப்புகள் காங்கோவில் கால் பதிக்காமல் இருந்திருந்தால், பிணைக் கைதிகள் கொல்லப்பட்டிருக்க வாய்ப்பில்லை. பிணைக் கைதிகள் கொல்வதை துரிதப்படுத்தியது அமெரிக்காவின் ஊடுருவல்தான்..." எனப் பேசி ஆஃப்ரிக்க நாடுகளின் பிரதிநிதிகளை ஆக்கப்பூர்வமாக செயல்படத் தூண்டினார்.

ஆஃப்ரிக்க தேசங்களின் பிரச்சினையை, ஆஃப்ரிக்க ஒற்றுமை சங்கத்தின் (Organization of African Unity - OAU) மூலம் தீர்க்க முயற்சித்துக் கொண்டிருக்கும் போது, அந்த அமைப்பை வேண்டுமென்றே அவமதித்து புண்படுத்தும் நோக்கில், காங்கோவில் அமெரிக்கா மூக்கை நுழைத்துள்ளது என்றும் குவாய்ஸின் கோபத்தை வெளிப்படுத்தினார்.

ஐ.நா. பாதுகாப்பு அவையிலும் காங்கோ பிரச்சினை எதிரொலித்தது. காங்கோவின் உள்நாட்டு யுத்தத்தில் தலையிட்டு ஆயிரக் கணக்கான காங்கோ குடிமக்களைக் கொலை செய்த தென்னாஃப்ரிக்க கூலிப்படையினரை, காங்கோவை ஆக்கிரமித்த பெல்ஜியம் தேசத்தவர்களை, காஸ்ட்ரோ எதிர்ப்பாளர்களை, நாகரிக அரசுகள் எனச் சொல்லிக் கொள்ளும் நாடுகள் கண்டிக்கத் தவறிவிட்டதால், இந்த உள்நாட்டுப் போரில் இறந்த வெள்ளையர்கள் குறித்து நாம் வெட்கப்பட வேண்டியதில்லை என கினியாவின் வெளியுறவுத்துறை அமைச்சர் லூயிஸ் லான்சனா வாதிட்டார். அமெரிக்காவின் மிஸ்ஸிசிப்பி நகரில் உள்ளவர்களை கொல்வது போன்று, காங்கோ குடிமக்களைக் கொல்வதற்கு காரணம் அவர்களின் தோலின் நிறம் கறுப்பு என்பதால்தானா? என்றும் அவர் கேள்வி எழுப்ப, ஐ.நா. அவையில் வெப்பம் தகித்தது.

கோபத்துடன் கிளர்ந்தெழுந்த மாலி தேசத்தின் வெளியுறவுத்துறை அமைச்சர் உஸ்மான், மக்களால் தேர்ந்தெடுக்கப்பட்ட காங்கோ தேசத்தின் பிரதமர் பாட்ரிஸ் லுமூம்பாவை திட்டமிட்டு

அநியாயமாக கொலை செய்ய உந்தித் தள்ளியது அமெரிக்காவின் இனவெறிதான், என பகிரங்கமாக குற்றம்சாட்டி, தற்போது காங்கோவில் வெடித்துள்ள உள்நாட்டுக் குழப்பத்தின் மூலவேரை அடையாளம் காட்டினார்.

"லுமும்பாவை திட்டமிட்டுக் கொன்ற இவர்களைப் பற்றி நாம் என்ன சொல்ல முடியும்? காங்கோவின் உள்நாட்டுக் குழப்பத்தைத் தீர்க்கச் சென்ற ஐ.நா. பொதுச் செயலாளர் டாக் ஹாம்மர்ஷுட் விமான விபத்தில் மர்மமான முறையில் சாவதற்கு காரணமான இவர்கள், ஜான் கென்னடியை கொலை செய்யத் தயங்காதவர்கள்தானே... ஏகாதிபத்திய போர் வெறி பிடித்த அதே சக்திகளின் கரங்கள்தான் சுதந்திரப் போராளியான ஜான் கென்னடியின் குரலையும் அமைதிப்படுத்தின." இப்படி, அமெரிக்காவின் அத்துமீறல்களை ஐ.நா. அவையில் எழுப்புவதற்கும், அதனை அமெரிக்க கறுப்பர்களின் ஒடுக்குமுறையோடு ஒப்பிட்டு பேசும் அளவுக்கும் ஆஃப்ரிக்க நாடுகளின் பிரதிநிதிகளுக்கு தைரியத்தை வரவழைத்தது மால்கமின் தொடர் முயற்சிகள்தான். இதுதான் அவரின் வாழ்நாளின் எல்லையை மிக மிகக் குறுகியதாக்கியது.

அரசியலும் இஸ்லாமும்

தன்னுடைய அரசியல் பயணத்தில் - அமெரிக்க கறுப்பர்களுக்கான விடுதலைப் போராட்டத்தில் மதத்தின் வகிபாகம் என்ன என்பதை நிர்ணயம் செய்வதிலும் வெளிநாட்டுப் பயணங்கள் மால்கமுக்கு தெளிவான பார்வையைக் கொடுத்தன. அமெரிக்காவில் இஸ்லாத்தை தங்கள் வாழ்க்கை நெறியாக ஏற்றுக் கொள்ளும் கறுப்பு முஸ்லிம்களுக்காக மட்டும் போராடுவது என்ற குறுகிய இலக்கை அவர் கைவிட்டார். நேஷன் ஆஃப் இஸ்லாம் அமைப்பு போல இஸ்லாமிய அழைப்பு பணியில் மட்டும் கவனம் செலுத்துவது என்ற அளவில் தனது பணியை சுருக்கிக் கொள்வதையும் அவர் தவிர்த்தார். சமூக, அரசியல், பொருளாதார ரீதியாக ஒடுக்கப்பட்டவர்கள், அவர்கள் யாராக இருந்தாலும் அவர்களுக்காக போராட வேண்டும் என இஸ்லாம் வலியுறுத்துவதை அவர் நடைமுறைப்படுத்த விழைந்தார்.

மிக மிகச் சொற்ப எண்ணிக்கையிலான முஸ்லிம்களைக் கொண்டு, ஒட்டுமொத்த கறுப்பர்களுக்குமான விடுதலைப் போராட்டத்தை முன்னெடுப்பதையே அவர் தேர்வு செய்தார். அதேபோல, அமெரிக்க சமூக, அரசியல், பொருளாதாரச் சூழலில், 'கறுப்பர்களுக்கான தனி நாடு' என்ற கோரிக்கை நிறைவேற சாத்தியமில்லாத தீர்வு என்பதில் தெளிவடைந்தார்.

> *அமெரிக்க கறுப்பர்களின் பிரச்சினையை கடவுள் வந்து சரி செய்வார் என நேஷன் ஆஃப் இஸ்லாம் அமைப்பின் தலைவர் எலிஜா முஹம்மது நம்புகிறார். நானும் அப்படித்தான் நம்புகிறேன். ஆனால், எலிஜா அதற்காக காத்திருக்கிறார். நான் காத்திருக்க விரும்பவில்லை. கடவுள் உடனே வரவில்லை என்றால், கறுப்பர்களின் பிரச்சினை தீர இன்னும் காலமாகும். நான் மதத்தில் நம்பிக்கை வைத்திருக்கிறேன். ஆனால் அந்த மதம், அரசியல், பொருளாதார, சமூக நடவடிக்கைகளோடு நம்முடைய பிரச்சினைகளை தீர்க்கக் கூடிய மதமாக, இந்தப் பூமியில் சொர்க்கத்தை நமக்கு படைக்கக்கூடிய மதமாக இருக்க வேண்டும். நான் சகோதரத்துவத்தில் நம்பிக்கை வைத்திருக்கிறேன். ஆனால், சகோதரத்துவம் இல்லாத சமூகத்தில் வாழும் போது, குருட்டுத்தனமாக அந்த நம்பிக்கையை வைக்க வேண்டாம் என நான் நம்பும் மதம் எனக்கு போதிக்கிறது.*

ஆஃப்ரிக்காவிலும் மத்திய கிழக்கு நாடுகளிலும் உள்ள முஸ்லிம் தேசங்களில் அரசிலும் அரசியலிலும் இஸ்லாம் கனமான பாத்திரம் வகிப்பதை மால்கம் அறிந்திருந்தார். போராட்டமோ சீர்திருத்தமோ ஆட்சி மாற்றமோ - எதுவாக இருந்தாலும் இஸ்லாம் என்ற உரைகல்லில் உரசிப் பார்ப்பது அங்கு வழக்கமாக இருந்தது. இஸ்லாமிய அடிப்படையில் அமைந்ததையே அந்நாட்டு மக்கள் அங்கீகரித்தனர். குறைந்தபட்சம் இஸ்லாமிய அடிப்படையிலானது என அந்நாட்டு மக்களை நம்ப வைத்தால் போதும் என்றளவுக்கு இஸ்லாம் அங்கு அடிப்படை அளவுகோளாக இருந்தது. அரேபியாவில் இறைத்தூதர் முஹம்மது அவர்கள் இஸ்லாத்தை பரிபூரணமாக நிலைநாட்டிய ஒரு சில ஆண்டுகளிலேயே, இந்தத் தேசங்களில் இஸ்லாம் வேரூன்றிவிட்டது. இதனை ஒப்பிடும்போது அமெரிக்காவில் இஸ்லாம் தற்போதுதான்

அறிமுகமாகியுள்ளது, அது அமெரிக்க சமூக, கலாச்சார மட்டத்தில் ந்ன்கு அறியப்படும் வரை, தனிநபர்களின் ஆன்மிக விஷயமாக மட்டுமே இருக்கட்டும், அரசியலுக்குள் இப்போது கொண்டு வர வேண்டாம் என தீர்மானித்து போராட்டங்களை முன்னகர்த்தினார்.

நான் ஒரு முஸ்லிம். என்னுடைய மதம் இஸ்லாம். பல்வேறு தேவலாயங்களைச் சேர்ந்த கிறிஸ்தவ மத ஊழியம் செய்பவர்கள் இங்கு வந்திருந்தாலும், அவர்கள் கிறிஸ்தவ மத ஊழியர்கள் என்பதற்காகவே இங்கு குழுமவில்லை. நீங்கள் அனைவரும் குடியுரிமைப் போராளிகள். இவர்களைப் போல இஸ்லாமிய மத ஊழியம் செய்யக்கூடிய நானும் கறுப்பின தேசியவாத விடுதலைப் போராட்ட வீரன்தான்.

ஒற்றை முனையில் இருந்து மட்டுமல்ல, அனைத்து தளங்களிலும் போராட வேண்டும் என்பதை நம்புகிறேன். இஸ்லாம் என்னுடைய மதமாக இருந்தாலும், அதனை என்னுடைய தனிப்பட்ட நம்பிக்கையாகத்தான் பார்க்கிறேன். இங்கு வந்திருக்கக்கூடியவர்களின் மத நம்பிக்கை, அவர்களுக்கும் அவர்கள் நம்பக்கூடிய கடவுளுக்கும் இடையிலானதைப் போலவே, என்னுடைய மத நம்பிக்கையும் எனக்கும் நான் நம்பக்கூடிய கடவுளுக்கும் இடையிலானது. மதம் குறித்து உரையாடத் தொடங்கினால், நமக்கிடையே கருத்து வேறுபாடு ஏற்பட்டு நாம் ஒன்றிணைய முடியாது.

என்னுடைய மத நம்பிக்கை இஸ்லாம். என்னுடைய அரசியல், சமூக, பொருளாதார தத்துவம் கறுப்பின தேசியவாதம். நாம் மதம் குறித்து பேசினால், முரண்பாடுகள்தான் மிஞ்சும். ஒன்றுபட முடியாது.

பாப்திஸ்ட்டோ, மெதடிஸ்ட்டோ, முஸ்லிமோ, தேசியவாதியோ - யாராக இருந்தாலும் அமெரிக்காவில் வசிக்கும் கறுப்பர்களின் பிரச்சினை எல்லோருக்கும் ஒன்றுதான். படித்தவனாக இருந்தாலும் பாமரனாக இருந்தாலும், சொகுசான நகரத்தில் வசித்தாலும் பின்தங்கிய சேரியில் வசித்தாலும் கறுப்பனாக இருந்தால் துயரம் ஒன்றுதான், நம்மை துன்புறுத்துபவனும் ஒரே ஆள்தான்... அவன் வெள்ளையன்தான்.

வெள்ளையனின் அரசியல் ஒடுக்குமுறையால் நாம் துயருறுகிறோம், வெள்ளையனின் பொருளாதார சுரண்டலால் நாம் துயருறுகிறோம், வெள்ளையனின் சமூக அநீதியால் நாம் துயருறுகிறோம்.

இப்படிப் பேசுவதால், நாம் வெள்ளையர்களுக்கு எதிரானவர்கள் என்று பொருளல்ல. அரசியல் ஒடுக்குமுறையை எதிர்க்கிறோம், பொருளாதாரச் சுரண்டலை எதிர்க்கிறோம், இனப்பாகுபாட்டை எதிர்க்கிறோம் என்றே அர்த்தம் கொள்ள முடியும். நாம் வெள்ளையனுக்கு எதிராக திரள்வதை விரும்பவில்லை என்றால், ஒடுக்குமுறையை சுரண்டலை இனப்பாகுபாடு காட்டுவதை வெள்ளையன் நிறுத்தட்டும்.

அமெரிக்க கறுப்பர்களின் விடுதலைப் போராட்டத்தில், இஸ்லாத்தை ஓர் அரசியல் ஆயுதமாக எடுத்துக் கொள்வதை தொடக்கத்திலேயே தவிர்த்து விட்டபோதிலும், இஸ்லாம் பற்றிய புரிதலை வளர்த்துக் கொள்ள மால்கம் தவறவில்லை. அமெரிக்காவில் இருக்கும் போதே பேராசிரியர் யூசுஃப் ஷவர்பி அவர்களிடம் இஸ்லாத்தின் அடிப்படைகளை கற்றுத் தேர்ந்த மால்கம், அந்த அடிப்படைகளின் மீது நின்று இஸ்லாத்தின் பெறுமானங்களை புரிந்து கொள்ளுமளவுக்கு ஆழ்ந்த ஞானம் பெற்றிருந்தார்.

புனித ஹஜ் பயணத்தின் போது, புனித பூமியான மக்கா நகரின் அனைத்து இடங்களிலும் முஸ்லிம்கள் புகைப்பிடிப்பது மால்கமுக்கு உறுத்தலை ஏற்படுத்தியது. நேஷன் ஆஃப் இஸ்லாம் அமைப்பில் உறுப்பினராக இணைய, புகை மற்றும் மதுப்பழக்கத்தை கைவிட்டு விட வேண்டும் என்பது உறுதியான கட்டளையாகும். அமெரிக்காவைப் பொறுத்தவரை நிறத்துக்கும் போதைப் பழக்கத்துக்கும் இடையே ஒரு தனித்துவமான தொடர்பு நிலவி வருகிறது என்பதே மால்கமுடைய புரிதலாக இருந்தது. அதனால்தான், நேஷன் ஆஃப் இஸ்லாம் அமைப்பில் போதைப் பொருட்கள் பயன்பாடு அடியோடு தடை செய்யப்பட்டிருந்தது. போதைப் பழக்கத்திலிருந்து கறுப்பர்களை விடுவிப்பதற்காக நேஷன் ஆஃப் இஸ்லாம் அமைப்பு மேற்கொண்ட நடவடிக்கைகளை, அமெரிக்காவில்

போதைப் பாவனைகளுக்கு எதிராக செயல்பட்டு வந்த அரசு சாராத அமைப்புகள்கூட பாராட்டியுள்ளன.

மால்கமே, மிக மிக மோசமான அளவுக்கு போதைப் பழக்கத்துக்கு அடிமையாகி, இஸ்லாத்தை ஏற்றுக் கொண்ட பின் அதிலிருந்து மீண்டவர்தானே... அந்த அனுபவங்களையும், உடல்நலன் மற்றும் ஆரோக்கியம் மீது இஸ்லாம் காட்டும் அக்கறையையும் இணைத்துப் புரிந்து கொண்ட அவர், புகைப்பிடிப்பதால் நேரும் கேடுகளை அறிந்திருந்தால், தான் வாழ்ந்த காலத்திலேயே புகைப்பிடிக்கும் பழக்கத்தை இறைத்தூதர் முஹம்மது அவர்கள் தடை செய்திருப்பார் என மால்கம் அனுமானம் செய்தார். இஸ்லாமிய மார்க்கம் என்பது பின்பற்ற எளிதான ஒரு கொள்கை என்பதையும், இஸ்லாம் வலியுறுத்தும் கடமைகளை நடைமுறைப்படுத்துவது நம்பிக்கையாளருக்கும் இறைவனுக்கும் இடையிலான தனிப்பட்ட விஷயம் என்பதையும் விளங்கிக் கொண்ட அவர், இதில் யாரும் யாரையும் நிர்ப்பந்திக்க முடியாது என்ற புரிதலிலும் உறுதியாக இருந்தார்.

இஸ்லாமிய மார்க்கத்துக்கு அழைப்பு விடுப்பதில் தற்காலத்துக்கு ஏற்ற வகையில் முஸ்லிம்கள் செயல்பட வேண்டும் என்ற அவாவும் மால்கமிடம் இருந்தது. இஸ்லாமிய மார்க்கத்துக்கு அழைப்பு விடுக்கும் பணியில் அரேபியர்கள் அலட்சியப் போக்குடன் நடந்து கொள்கின்றனர் என்பது மால்கமின் அங்கலாய்ப்பு. இஸ்லாமிய மார்க்கம் அரேபியாவைக் கடந்து உலகம் முழுவதும் வியாபிக்க, ஹஜ் யாத்திரை பற்றி உலக மக்கள் தெரிந்து கொள்ள வேண்டுமென அவர் விரும்பினார். இன, நிற வேற்றுமைகளைக் களைந்து அனைத்து மனிதர்களும் சமம் என்ற புள்ளியில் இறைவழிபாட்டுக்காக ஒன்றுகூடும் புனித பயணமான ஹஜ் யாத்திரையின் தாத்பரியத்தை முறையாக விளம்பரப்படுத்தினாலே போதும் இஸ்லாத்தின் பரவல் பிரமிக்கும் வகையில் இருக்கும் என்ற திசையில் சிந்தித்தார் மால்கம்.

புனித ஹஜ் வழிபாடு உணர்த்தும் சகோதரத்துவத்தை சமத்துவத்தை உலகம் அறியச் செய்தால், தற்போதைய அளவை விட இரண்டு, மூன்று மடங்கு இஸ்லாத்தின் வளர்ச்சி இருக்கும் என அவர் கருதினார். ஆனால், 'மக்கள் தொடர்பு,

விளம்பரம்' போன்றவை பற்றி அரேபியர்கள் போதிய அக்கறை இன்றி இருப்பதாகவும், "இன்ஷா அல்லாஹ் - இறைவன் நாடினால்" இஸ்லாத்தின் பரவல் மிக இயல்பாக நடக்கும் என்ற எண்ணமே அரேபியர்களிடம் இருப்பதாகவும் மால்கம் குறைபட்டுக் கொண்டார். இஸ்லாமிய மார்க்கத்தை தாங்களாகவே அறிந்து அதனை மக்கள் ஏற்றுக் கொள்வார்கள் என அரேபியர்கள் கருதினர். அப்படியும் இஸ்லாம் வளர்ச்சி அடைந்து கொண்டுதான் இருக்கிறது என்ற போதிலும் தன்னைப் போன்ற தேடல் கொண்டோரிடம், இஸ்லாத்தின் சகோதரத்துவ சமத்துவ செய்தியை கொண்டு போய் சேர்க்க வேண்டுமல்லவா... இப்படி அவருடைய விரும்பம் இருந்தது.

இதேபோல, இஸ்லாமிய அடிப்படைகளின் மீது நின்று சிந்தித்த மால்கம், உலகாயத்திற்கும் ஆன்மிகத்திற்குமான சமத்துவத்தைப் பேணுவது குறித்து, அரபு நாடுகளின் அனுபவங்களினூடாக தமது நாட்குறிப்பில் இப்படி குறித்து வைத்துள்ளார்:

> *எந்தவொரு நாட்டின் அறநெறிசார் பலமும் பலவீனமும், அந்த நாட்டின் பெண்கள் அணியும் உடை மற்றும் அவர்களின் உளப்பாங்கு கொண்டே உடனடியாக அளவிடப்படுகிறது. குறிப்பாக இளம் பெண்களின் உடை மற்றும் உளப்பாங்கு கொண்டே அளவிடப்படுகிறது. லெபனானும் சவூதி அரேபியாவும் இதற்கு நல்ல உதாரணங்கள். உலகாயத முன்னேற்றம் ஆன்மிக விழுமியங்களை அழிப்பதாக தோன்றுகிறது. உலகாயதமும் ஆன்மிகமும் சரிசமமாக இருக்கும் பகுதியில் சொர்க்கம் இருக்கும்.*

முஸ்லிம் நாடுகளுடனான நட்புறவு

ஆஃப்ரிக்க நாடுகளுக்கு பயணம் மேற்கொண்ட மால்கமை சிஐஏ நெருக்கமாக கண்காணித்து வந்தது. ஆஃப்ரிக்க நாடுகளில் மட்டுமல்ல, இங்கிலாந்து, ஃபிரான்ஸ் ஆகிய நாடுகளிலும்கூட அங்குள்ள இன, மத, மொழி சிறுபான்மையினரை (கறுப்பர்களை மட்டுமல்ல) ஒருங்கிணைக்கும் சக்தியாக அவர் வளர்ந்து வந்ததை உன்னிப்பாக கவனித்து வந்தது. அவர் சென்ற இடங்களிலெல்லாம், அமெரிக்காவின் நிறவெறி சுயரூபத்தை வெளிச்சம் போட்டு காட்டி, அமெரிக்காவின் ஒய்யார பிம்பத்தை

உடைத்து நொறுக்கியதை சிஐஏ பொறுத்துக் கொள்ளுமா? சிஐஏ தன்னை உளவு பார்ப்பது குறித்த பிரக்ஞை மால்கமிடம் அபரிமிதமாகவே இருந்தது. எப்போது வேண்டுமானாலும், எந்தக் கணத்திலும் தான் கொல்லப்படலாம் என எதிர்பார்த்தே இருந்தார். அதனால்தான் அவர், அறையில் அமர்ந்திருக்கும் போதெல்லாம் வாசலை நோக்கியே அமரும் பழக்கத்தை கொண்டிருந்தார்.

புனித ஹஜ் பயணத்தைத் தொடர்ந்து ஆஃப்ரிக்க நாடுகளில் சுற்றுப் பயணத்தை முடித்துக் கொண்டு, அமெரிக்கா திரும்பியதும் அவரை சிறையில் அடைக்க உளவு அதிகாரிகள் சதித்திட்டம் ஒன்றை திட்டம் தீட்டினர். 'உடன்பிறப்பு' என்ற ரகசிய இயக்கம் செயல்பட்டு வருவதாகவும் அதன் பின்னணியில் மால்கம் இருப்பதாகவும் அவர் வெளிநாட்டில் இருக்கும் போதே கதை கட்டி விட்டது. ஆனால் நம்பும்படியான கதையை ஜோடிக்க முடியாததால் மால்கம் மீது கைவைக்க முடியவில்லை. அதேபோல அவரைக் கைது செய்து சிறையில் அடைத்தால், அவருடைய தொண்டர்களின் எதிர்வினை எப்படி இருக்குமோ என்ற அச்சமும் உளவுத்துறையினரை பிடித்தாட்டியது. அதனால், நேஷன் ஆஃப் இஸ்லாம் அமைப்புக்குள் மால்கமுக்கு எதிரான கோபத்தை தூண்டி விட்டு, அதன் போக்கில் அந்தக் கோபத்தை அப்படியே வளர விட்டு, உச்சக்கட்ட கணத்தில் மால்கமின் கதையை முடிப்பதுதான் எளிய வழி என உளவுத்துறை கணக்குப் போட்டது.

இந்தக் கணக்கை மால்கமும் சரியான தருணத்தில் புரிந்து கொண்டார். நேஷன் ஆஃப் இஸ்லாம் அமைப்பு தன்னுடைய உயிருக்கு குறிவைத்திருப்பதாகத்தான் அவர் தொடக்கத்தில் கருதி வந்தார். அவர் கொல்லப்படுவதற்கு ஒரு வாரத்திற்கு முன்பு, நள்ளிரவில் அவர் வீட்டில் வெடிகுண்டு வீசிய போதுகூட இந்த எண்ணமே அவரிடம் இருந்தது. ஆனால், ஃபிரான்ஸில் நுழைய அவருக்கு அனுமதி மறுக்கப்பட்டது ஏன் என்பதை ஆழமாக சிந்திக்கத் தொடங்கிய அவர் தன்னுடைய அனுமானத்தை மாற்றிக் கொண்டார்.

வெள்ளையின வெறியர்கள் என்னைக் கொல்லலாம். அல்லது வெள்ளையன் கொடுக்கும் கூலிக்கு ஆசைப்பட்டு ஒரு கறுப்பன்

என்னைக் கொல்லலாம். அல்லது என்னைக் கொல்வதன் மூலம் வெள்ளையனுக்கு உதவுவதாக மூளைச்சலவை செய்யப்பட்ட கறுப்பன் என்னைக் கொல்லலாம்.

என எதிர்பார்த்தார். அவர் எதிர்பார்த்தது போலத்தான் நடந்தது. கறுப்பர்களை வைத்தே அவரின் கதையை முடித்தனர் வெள்ளை இனவெறியர்கள்.

இந்தப் பின்னணியிலேயே அவரின் வெளிநாட்டு தொடர்புகளையும், குறிப்பாக முஸ்லிம் நாடுகளுடனான உறவையும் ஆராய வேண்டும். முஸ்லிம் நாடுகளைப் பற்றிய அவரின் கற்பனைச் சித்திரம், எதார்த்தத்தில் வேறுவிதமாக இருந்தது. அவர் இஸ்லாத்தின் மீது கொண்ட இணையற்ற பற்றிற்கு இயைய, முஸ்லிம் நாடுகளின் செயல்பாடுகள் இல்லை என்பதை அவர் தாமதமாகப் புரிந்து கொண்டார். சவூதி அரேபியா மற்றும் எகிப்து அரசுகளுடன் மால்கம் நெருக்கம் காட்டினார். இந்த இரண்டு நாடுகளுக்கும் பொதுவான அம்சமாக இஸ்லாமும் அரபு மொழியும் இருந்த போதிலும், இரு நாடுகளும் அரசியலில் வெவ்வேறு பாதைகளில் பயணிப்பதை மால்கம் உணர்ந்தார்.

முஸ்லிம் உலகம் மூன்று அம்சங்களில் மிகவும் பின்தங்கியிருப்பதாக உணர்ந்த மால்கம், அப்படிப்பட்ட நிலையில் எந்த வகையிலும் அமெரிக்க கறுப்பு முஸ்லிம்களுக்கு அந்த நாடுகள் உதவ வாய்ப்பில்லை என கருதினார். ஜெனிவாவில் உள்ள இஸ்லாமிய மையம் வெளியிடும் அல் முஸ்லிமூன் பத்திரிகைக்கு அளித்த பேட்டியில் இருந்தே, மால்கம் இந்தப் புரிதலுக்கு வந்து சேர்ந்தார் என்பதை அறிய முடிகிறது. அல் முஸ்லிமூன் பத்திரிகையிடமிருந்து கேள்விகளைப் பெற்ற மால்கம் அதற்கான பதில்களை தட்டச்சு செய்து அனுப்பி வைத்தார். 1965 பிப்ரவரி 13 ஆம் தேதி இரவு பெரும்பாலான கேள்விகளுக்கு தட்டச்சு செய்து விட்டு தூங்கப் போன சற்று நேரத்தில்தான் அவர் வீட்டில் வெடிகுண்டு வீசப்பட்டது. அவர் கொல்லப்பட்ட பின்பே, இந்தப் பேட்டி பிரசுரமானது.

பேட்டியின் நடுவே ஆசிரியருக்கு அவர் எழுதிய குறிப்பு, மால்கமைச் சுற்றி கொலைகாரர்கள் எவ்வளவு நெருக்கமாக

இருந்திருக்கிறார்கள் என்பதை அவர் உணர்ந்திருந்தார் என்றே நாம் புரிந்து கொள்ள முடிகிறது.

நான் லண்டனில் இருந்து மாலை 4:30 மணிக்கு மீண்டும் அமெரிக்கா திரும்பினேன். பிப்ரவரி 13 அன்று, நள்ளிரவுக்குப் பிறகும் 12:30 மணி வரை பதில்களைத் தட்டச்சு செய்தேன். மிகவும் களைத்துப் போன நான், பதில்களை தட்டச்சு செய்த பக்கங்களை தட்டச்சு எந்திரத்திலேயே விட்டுவிட்டு அதிகாலையில் முடிக்க முடிவு செய்து, படுக்கைக்குச் சென்றேன். கொலைகாரர்களால் என் வீட்டில் வீசப்பட்ட வெடிகுண்டுகள் என்னையும் என் மனைவியையும் நான்கு பெண் குழந்தைகளையும் அதிகாலை 2:30 மணியளவில் தூக்கத்திலிருந்து உலுக்க, அல்லாஹ் மட்டுமே எங்களை மரணத்திலிருந்து காப்பாற்றினான். அமெரிக்காவில் ஒருபோதும் தூய இஸ்லாம் நிலைநாட்டப்பட்டு விடக்கூடாது என்பதற்காக எதிரிகள் எந்த உச்சக்கட்டத்திற்கும் செல்வார்கள் என்பதற்கான உதாரணங்களில் இதுவும் ஒன்று. எலிஜா முஹம்மதுவின் திரிபுபடுத்தப்பட்ட இஸ்லாத்தையே மிகவும் வெற்றிகரமாக பரப்பியவன் என்பதால், தூய இஸ்லாத்தை நான் மிக மிக எளிதாக பரப்புவேன் என்பதை அவர்கள் அறிந்திருந்தார்கள்.

முதலாவது அம்சம் - கல்வி

அமெரிக்காவை ஒப்பிடுகையில் மத்திய கிழக்கு நாடுகளும் ஆஃப்ரிக்க நாடுகளும் கல்வித்துறையில் மிகவும் பின்தங்கியிருந்தன. பள்ளிக் கல்வியையே நிறைவு செய்யாதவரான, அதேசமயம் கல்வியில் பேரார்வம் கொண்ட மால்கம், புத்தக அறிவின் மூலம் உலகை அளந்தார். ஏட்டறிவையே தன் போராட்டத்தின் படைக்கலனாக ஆக்கிக் கொண்டவர். முஸ்லிம் நாடுகளில் அங்குள்ள மதத்தலைவர்கள் குறுகிய மனப்பான்மை கொண்டவர்களாக இருப்பதால், மக்களும் அப்படியே இருக்க வேண்டுமென அந்த மதத் தலைவர்கள் விரும்புவதாக குற்றம்சாட்டினார். குறிப்பாக பெண் கல்வி குறித்து மதத்தலைவர்களின் அலட்சியப் போக்கை சுட்டிக்காட்டவும் அவர் தயங்கவில்லை.

அல் முஸ்லிமூன்: இப்போது நீங்கள் பல முஸ்லிம் நாடுகளுக்குச் சென்று திரும்பியுள்ளீர்கள், இஸ்லாம் மற்றும் முஸ்லிம்கள் குறித்து உங்கள் அபிப்பிராயம் என்ன?

மால்கம் X: நாம் அணு யுகத்தின் வாசலில் நிற்கிறோம். குறிப்பாக இந்த உயர் தொழில்நுட்ப யுகத்தில் கல்வி அவசியம். எனது கருத்துப்படி, முஸ்லிம் மதத் தலைவர்கள், முஸ்லிம் சமூகங்களுக்கு, குறிப்பாக ஆஃப்ரிக்க நாடுகளில் கல்வியின் முக்கியத்துவத்தை வலியுறுத்தவில்லை.

சுதந்திரம் அடையும் ஆஃப்ரிக்க நாடுகளில், முஸ்லிம்கள் பெரும்பான்மையாக வசிக்காத பிரதேசங்களில் கல்வியறிவு பெற்ற ஆஃப்ரிக்கர்கள் அதிக அளவில் உள்ளனர், அவர்கள் அரசாங்கத்தில் புதிதாக உருவாக்கப்பட்ட பதவிகளை ஆக்கிரமிக்க சிறந்த தகுதி பெற்றவர்களாகிறார்கள்.

இன்றைய முஸ்லிம் மதத் தலைவர்களுக்கு அனைத்து துறைகளையும் உள்ளடக்கிய கல்வி தேவைப்படுகிறது. இதனை, முதலில் அவர்கள் கற்றுணரும் போதே, கல்வியின் முக்கியத்துவத்தை பொதுமக்களுக்கு அவர்களால் வலியுறுத்த முடியும். ஆனால் சில சமயங்களில் இந்த மதத் தலைவர்களுக்கே கல்வியறிவும் புரிதலும் குறைவாக இருக்கும் போது, தங்கள் தலைமைப் பதவியைத் தொடர்வதற்காக, வேண்டுமென்றே மக்களையும் அறிவற்றவர்களாக வைத்திருக்கிறார்கள். அவர்களே குறுகிய மனப்பான்மை கொண்டவர்களாக இருப்பதால் மக்களையும் குறுகிய மனப்பான்மையுடன் வைத்திருக்கிறார்கள்.

நான் சென்ற மத்திய கிழக்கு அல்லது ஆஃப்ரிக்க நாடுகள், அந்த நாட்டின் பெண்களைப் போலவே இருந்தன. அதாவது ஒரு நாட்டில் பெண்கள் முன்னேற்றமடைந்திருந்தால் அந்த நாடும் முன்னேறியிருந்தது. பெண்கள் பின்தங்கியிருந்தால் அந்த நாடும் பின்தங்கியிருந்தது. அதாவது பெண்களுக்கு கல்வியறிவு அளிக்காமல் முடக்கிப் போட்டுள்ள நாடுகள் பகுதியாகவோ அல்லது முழு நாடுமோ மிகவும் பின்தங்கிய நிலையில் கல்வியறிவற்று வளர்ச்சியற்று காணப்படுகிறது. அதேபோல பெண்கள் கல்வி கற்கவும், சமூக - தேசப் பணிகளில் உற்சாகமாக பங்கெடுக்கவும்

ஊக்குவிக்கப்படுகையில், அந்நாட்டின் ஒட்டுமொத்த மக்களும் உற்சாகமாகவும் ஞானமிக்கவர்களாகவும் முற்போக்கானவர்களாகவும் மாறுகிறார்கள்.

எனவே, முஸ்லிம் மதத் தலைவர்கள் கல்வி, குறிப்பாக பெண் கல்வி தொடர்பான நிலைப்பாட்டை மீளவும் மதிப்பீடு செய்து முஸ்லிம்களுக்கு தெளிவுபடுத்த வேண்டும் என்பது எனது கருத்து. அதன் பின்பு, முஸ்லிம் உலகில் கல்வித் தரத்தை உயர்த்துவதற்கான ஒரு பரந்த வேலைத்திட்டத்தை தொடங்க வேண்டும்.

ஒரு பழைய ஆஃப்ரிக்க பழமொழி இப்படி கூறுகிறது: “ஒரு ஆணுக்குக் கல்வியை கொடுத்தால், நீங்கள் ஒரு தனிநபருக்குக் கல்வியைக் கொடுக்கிறீர்கள்; ஒரு பெண்ணுக்குக் கல்வியைக் கொடுத்தால், நீங்கள் முழுக் குடும்பத்திற்கும் கல்வியைக் கொடுக்கிறீர்கள்.”

இரண்டாவது அம்சம் - ஒற்றுமை

1960-களில், முஸ்லிம் நாடுகளின் மத்தியில் எகிப்தையும் சவூதி அரேபியாவையும் சக்தி வாய்ந்த நாடுகளாக கருதினார் மால்கம். பனிப்போர் உச்சத்தில் இருந்த இந்தக் காலக்கட்டத்தில் எகிப்தின் தலைமையில் அரபு சோசலிசத்தை முன்னெடுக்க அந்நாட்டு அதிபர் நாசர் முயற்சி மேற்கொண்டார். இதற்கு ரஷ்ய ஆதரவு இருப்பதாக அமெரிக்கா நம்பியது. மறுபக்கம், சவூதி அரேபிய அரசு, அமெரிக்க ஆதரவு நிலைப்பாட்டை எடுத்து வந்தது. அரபு மொழியை பொதுவாகக் கொண்ட இந்த இரு நாடுகளும் தங்கள் பொறுப்புக்களை உணார்ந்து செயல்பட வேண்டும் என மால்கம் எதிர்பார்த்தார்.

சியோனிசம் பற்றிய தெளிவான பார்வையும் பெருங்கவலையும் மால்கமிடம் இருந்தது. புதிய முகத்தோடும் நவீன செயல் திட்டங்களோடும் ஏகாதிபத்தியம் மீண்டும் அறிமுகமாகியிருப்பதை எச்சரிக்கையோடு அணுகக் கேட்டுக் கொண்டார். ஏகாதிபத்தியவாதிகளின் நவீன காலனியாதிக்க முகம்தான் சியோனிச இஸ்ரேல் என தெளிவுபடுத்தினார். 20 ஆம் நூற்றாண்டில் ஏகாதிபத்தியவாதிகளின் நம்பர் ஒன் ஆயுதம்

சியோனிஸ டாலரிஸம், இந்த ஆயுதம் பயன்படுத்தப்படும் பிரதான தளங்களில் ஒன்றுதான் சியோனிஸ இஸ்ரேல். அரபு நாடுகளை துண்டாடும் வகையிலும், ஆஃப்ரிக்காவில் ஊடுருவி ஆஃப்ரிக்க தலைவர்களிடையே கருத்து வேற்றுமையை ஊன்றியும், ஆஃப்ரிக்கர்களை பிளவுபடுத்தி, புவியியல் முக்கியத்துவம் வாய்ந்த பகுதியில் இஸ்ரேல் என்ற தேசத்தை, சூழ்ச்சி திறம் மிக்க ஐரோப்பிய காலனியவாதிகள் உருவாக்கியிருப்பதாக எச்சரித்தார்.

1964 ஆம் ஆண்டு, செப்டம்பர் 5 ஆம் தேதி மாலை, பாலஸ்தீனத்திற்கு சென்ற மால்கம், இஸ்ரேல் எல்லையில் காஸா பகுதியில் உள்ள அகதிகள் முகாமை பார்வையிட்டார். இஸ்ரேலின் ஆக்கிரமிப்பால் பாதிக்கப்பட்ட மக்களைச் சந்தித்து அவர்களின் குமுறல்களைக் கேட்டறிந்தார். இஸ்ரேலின் அநியாயமான போர் வெறிக்கு நிலத்தையும் வாழ்க்கையையும் பலிகொடுத்த துயரக் கதைகளை அவர்கள் மால்கமிடம் பகிர்ந்து கொண்டனர். பின்னர் அவர் ஆழ்ந்த நுணுக்கத்துடன் 'சியோனிசவாதிகளின் தர்க்கம் (Zionist Logic)' என்ற கட்டுரையை எகிப்து கெஸட் பத்திரிகையில் எழுதினார்.

அல் முஸ்லிமூன்: ஆப்ரிக்கா உங்கள் கவனத்தையும் ஆர்வத்தையும் ஈர்த்ததற்கு காரணம் என்ன? நீங்கள் அதன் ஒவ்வொரு பகுதியையும் பார்வையிட்டுள்ளீர்கள், உண்மையில் ஆஃப்ரிக்காவில் இஸ்லாத்தின் இடம் என்ன என நீங்கள் நினைக்கிறீர்கள்? செயலற்றவர்கள், அதற்காகவே போற்றப்படுபவர்கள், தீங்கிழைக்கும் வளமான கூட்டணியான சியோனிசம், நாத்திகம், இஸ்லாத்திற்கெதிரான மதவெறி ஆகியவற்றிலிருந்து ஆஃப்ரிக்காவைக் காப்பாற்ற உங்கள் கருத்து என்ன?

மால்கம் X: நான் ஆஃப்ரிக்காவை எனது தாய் நாடாக கருதுகிறேன். ஆதிக்கம் செலுத்தி சுரண்டிய வெளிப்புற அரசியல் மற்றும் பொருளாதார செல்வாக்கிலிருந்து ஆஃப்ரிக்கா முற்றிலும் விடுபடுவதைப் பார்ப்பதில் நான் பெரிதும் ஆர்வமாக உள்ளேன். ஆஃப்ரிக்கா, அதன் புவியியல் முக்கியத்துவம் காரணமாக, ஒரு உண்மையான நெருக்கடியை எதிர்கொள்கிறது. காலனியாதிக்க கழுகுகளுக்கு

சண்டையின்றி ஆஃப்ரிக்காவை விட்டுக்கொடுக்கும் எண்ணம் இல்லை. பிரித்தாளும் சூழ்ச்சியே இப்போதும் அவர்களின் முக்கிய ஆயுதமாக இருக்கிறது.

கிழக்கு ஆஃப்ரிக்காவில் உள்ள ஆஃப்ரிக்கர்களிடம் வலுவான ஆசிய எதிர்ப்பு உணர்வு ஊட்டப்படுகிறது. மேற்கு ஆஃப்ரிக்காவில் அரேபிய எதிர்ப்பு உணர்வு வலுவாக உள்ளது. அரேபியர்கள் அல்லது ஆசியர்கள் இருக்கும் இடத்தில் வலுவான முஸ்லிம் எதிர்ப்புணர்வு உள்ளது.

இந்தப் பகைமைகள் மேலே குறிப்பிட்டவர்கள் தங்களுக்குள் உருவாக்கிக் கொண்டதல்ல. இப்போது தங்களுக்குள் சண்டையிட்டுக் கொள்வதால் அவர்களுக்கு எந்தப் பயனும் இல்லை. இதன்மூலம், காலனித்துவம் மற்றும் ஏகாதிபத்தியத்தை, சியோனிசத்துடன் இப்போது இணைத்துள்ள முன்னாள் காலனித்துவ எஜமானர்களே அதிகம் பயனடைகிறார்கள்.

நமது தாய் கண்டத்தில் தற்போது நீடிக்கும் போராட்டத்தில், ஏற்கனவே களத்தில் இருந்த அனைத்து தரப்பினரையும் சியோனிஸ்டுகள் அகற்றியுள்ளனர். கருணையுள்ள, பரோபகார முறையில் அணுகுவதால், சியோனிசவாதிகளின் திட்டங்களின் உள்நோக்கத்தை பாதிக்கப்பட்டவர்கள் அறிவது மிகவும் கடினம்.

கம்யூனிசத்தை விட மிகவும் ஆபத்தானது சியோனிசம். ஏனெனில் அது பெரும்பாலும் ஏற்றுக்கொள்ளத்தக்கதாக புரிந்து கொள்ளப்பட்டுள்ளது. இதனாலேயே, இது மிகவும் அழிவுகரமான செயல்திறனைக் கொண்ட அழிவு சக்தியாக உள்ளது.

இஸ்லாமிய சித்திரத்திலிருந்து அரபு பிம்பத்தை பிரிக்க முடியாது என்பதால், அரபுலகத்திற்கு பல பொறுப்புகள் உள்ளன. அதனை அவை நிறைவேற்ற வேண்டும். இஸ்லாம் சகோதரத்துவம் மற்றும் ஒற்றுமையின் மார்க்கம் என்பதால், மதத் தலைமை சகோதரத்துவம் மற்றும் ஒற்றுமைக்கு மிக உயர்ந்த முன்மாதிரியாக இருக்க கடமைப்பட்டுள்ளனர்.

எகிப்தும் சவூதி அரேபியாவும் இணைந்து இஸ்லாமிய உச்சிமாநாடு மாநாட்டை நடத்துவது கட்டாயமாகும். முஸ்லிம் உலகின் தற்போதைய அவல நிலை குறித்து அக்கறையோடும் பொறுப்போடும் விவாதிக்க வேண்டும். இல்லையெனில், இன்றைய இளம் தலைமுறையிலிருந்து முன்னோக்கிச் சிந்திக்கும் சக்திகள் மேலெழும்பும். மேலும், இப்போது இருப்பவர்களின் கைகளில் இருந்து அதிகாரம் பிடுங்கப்பட்டு வேறு நபர்களின் கைகளில் வழங்கப்படும். அல்லாஹ்வால் இதை எளிதாக செய்து விட முடியும்.

அதிகாரம் என்பது பொறுப்பு என்பதையும், அது நிறைவாக நிறைவேற்றப்படவில்லை எனில், அதனை நிறைவேற்ற சக்தி படைத்தவர்களை அல்லாஹ் தேர்வு செய்வான் என்ற நம்பிக்கையும் மால்கமிடம் ஆழமாக இருந்ததை இந்தப் பதில் உணர்த்துகிறது.

மூன்றாவது அம்சம் - தாஃவா என்ற இஸ்லாமிய அழைப்புப் பணி

இஸ்லாமியப் பரவல் குறித்த கரிசனமும், அதில் முஸ்லிம் உலகம் அக்கறை காட்டவில்லை என்ற அங்கலாய்ப்பும் மால்கமிடம் இருந்தது. புனித ஹஜ் பற்றி போதிய அளவுக்கு விளம்பரம் செய்யவில்லை என்ற குறை அவரை வாட்டியதை ஏற்கனவே பார்த்தோம். குறிப்பாக அமெரிக்காவில் இஸ்லாமிய அழைப்புப் பணியை கறுப்பர்கள் மத்தியில் முடுக்கி விடுவதற்கு முஸ்லிம் நாடுகள் அக்கறை காட்ட வேண்டும் என்ற எதிர்பார்ப்பு அவரிடம் இருந்தது. ஒடுக்கப்பட்டவனின் வலியை, அவனுடைய இடத்தில் இருந்து உணர்ந்தால் மட்டுமே புரியும் என்பது அவருடைய அழுத்தமான வாதம். அப்படியில்லையென்றால் கறுப்பின மேலாதிக்கம் பற்றியே தான் கதைப்பதாக தவறாக புரிந்து கொள்வீர்கள் என்றும் அவர் கோபப்பட்டார்.

அல் முஸ்லிமூன்: எலிஜா முஹம்மதிடமிருந்து பிரிந்து வந்த பின்பும், அமெரிக்காவில் விடுதலைக்கான போராட்டத்தில் கறுப்பு என்ற அடையாளத்தை முக்கிய அடிப்படையாகவும் கோட்பாடாகவும் வைத்திருக்கிறீர்கள் என்பது உண்மையா?

உங்களைப் போன்ற உத்வேகமும், அறிவாற்றலும், விரிந்த பார்வையும் கொண்ட ஒருவர், இனத்துவப் பார்வைக்கெதிரான இஸ்லாத்தின் நிலைப்பாட்டை புரிந்து கொள்ளாமல் போனது எப்படி? குர்ஆன் மற்றும் இறைத்தூதுவ வழிகாட்டுதலின் கீழ் ஒரே நிலத்தில் இன, மொழி, தேசப் பாகுபாட்டின்றி அமைதியாக வாழ்ந்த சான்றுகள் இருக்கின்றனவே...

மால்கம் X: ஒரு கறுப்பின அமெரிக்கன் என்ற முறையில், என்னைப் போலவே கறுப்பு நிறத் தோல் காரணமாக அவமானங்களை அனுபவித்து வரும் 22 மில்லியன் கறுப்பின அமெரிக்கர்களே எனது முதல் பொறுப்பு என்று உணர்கிறேன். இந்த 22 மில்லியன் மக்களுக்கும் பிரச்சினை தீரும் வரை எனது சொந்த பிரச்சினை தீராது என நான் நம்புகிறேன்.

இதுவரை முஸ்லிம் உலகம் கறுப்பின அமெரிக்கர்களின் பிரச்சினையை புறக்கணித்து வருவது எனக்கு மிகவும் திகைப்பாக இருக்கிறது. மேலும் முஸ்லிம் உலகில் இருந்து இங்கு வரும் பெரும்பாலான முஸ்லிம்கள், கறுப்பர்களை விட வெள்ளையர்களுக்கு இஸ்லாத்தை அறிமுகம் செய்வதில்தான் அதிக முயற்சிகளை மேற்கொண்டு வருகின்றனர்.

அமெரிக்காவில் இரண்டு வகையான முஸ்லிம்கள் உள்ளனர்:

1. முஸ்லிம் உலகில் பிறந்து அமெரிக்காவில் குடியேறியவர்கள், இங்கு வரும்போதே அவர்கள் முஸ்லிம்களாகத்தான் இருந்தனர். இவர்கள் இரண்டு லட்சத்திற்கு மேல் இருப்பினும், இதுவரை ஆயிரம் அமெரிக்கர்களுக்குக்கூட இஸ்லாத்தை எத்தி வைப்பதில் இவர்களால் வெற்றிபெற முடியவில்லை.

2. அமெரிக்காவில் பிறந்து இஸ்லாமிய மார்க்கத்தை ஏற்றுக் கொண்டவர்களில் 98 சதவீதம் பேர் கறுப்பர்கள்தான்.

ஒரு விவசாய மாணவர் தனது பண்ணையின் மிகவும் வளமான பகுதியில், தனது சாகுபடியை ஒருமுகப்படுத்தும் அளவுக்கு அறிவு இருப்பதோடு ஒப்பிடுகையில், மேற்குலகில் இஸ்லாத்தின் வளர்ச்சிக்கு மிகவும் வளமான பகுதி,

கறுப்பர்கள் என்பதை முஸ்லிம் உலகம் புரிந்து கொள்ளும் என நான் நம்புகிறேன்.

இப்படிச் சொல்லும் போது, இது எந்த வகையிலும் பாகுபாடு அல்லது இனவெறி தொடர்பானது அல்ல என்பதைப் புரிந்து கொள்ள வேண்டும். மாறாக இஸ்லாம் என்ற நல்ல விதையை, அது சிறப்பாக வளரும் இடத்தில் விதைக்கும் அளவுக்கு நாம் புத்திசாலிகளாக இருப்பதையே காட்டுகிறது. பின்னர் நாம், வளம் குன்றிய பகுதிகளுக்கு உரமிடலாம்.

நம்முடைய பயிர் ஏற்கனவே, அமெரிக்கர் கறுப்பர்களின் இதயத்தில் நன்கு விதைக்கப்பட்ட நிலையில், அதனை ஏற்கும் தன்மையின் சிறந்த அறிகுறிகளை ஏற்கனவே அவர்கள் வெளிப்படுத்தியிருக்கிறார்கள்.

1400 ஆண்டுகளுக்கு முன் அரேபியாவில் நபியவர்களிடமிருந்தே இஸ்லாத்தின் விதையை முதன்முதலில் பெற்றவர் கறுப்பின எத்தியோப்பியரான பிலால் அல்லவா?

இஸ்லாமிய வரலாற்று அறிவுடன் தற்போதைய சூழலைப் பொறுத்திப் பார்க்கும் அளவுக்கு, இஸ்லாமிய ஞானம் பெற்றவராக மிளிர்ந்தார் மால்கம்.

கெய்ரோவில் மால்கமின் இதயம்

இந்த மூன்று அம்சங்களும் முஸ்லிம் நாடுகளிலிருந்து தள்ளியிருக்க அவரை நிர்ப்பந்தித்த போதிலும், வேறு சில விஷயங்களுக்கு எகிப்து அரசு அவருக்கு வழிகாட்டியது என்றே சொல்ல வேண்டும். ஆன்மிக ரீதியாக புனித நகரங்களான மக்கா - மதீனா நகரங்கள் உவப்பானதாக இருந்த போதிலும், அரசியல் மற்றும் ராணுவ ரீதியாக எகிப்து தேசம் மிக மிகப் பிடித்தமான பூமியாக இருந்தது மால்கமுக்கு. கமால் அப்துல் நாஸர் தலைமையிலான எகிப்து அரசு, சூயஸ் கால்வாயின் மூலம், ஐரோப்பாவின் அதிகாரத்தை அசைத்துப் பார்க்க துணிந்தது மால்கமை மிகவும் கவர்ந்தது. அதேபோல வாகனங்கள், ராணுவ தளவாடங்களை உள்ளூரிலேயே தயாரிக்கும் அளவுக்கு ஆஃப்ரிக்க கண்டத்தில் வலிமை வாய்ந்த தற்சார்புடைய நாடாக

எகிப்து உருப்பெற்றிருந்தது, அந்நாட்டை நேசிக்க இன்னொரு காரணமாகும்.

சூயஸ் கால்வாயும் ஜிப்ரால்டர் ஜலசந்தியும் அந்தக் கண்டத்தின் மதிப்பை கூட்டுகின்றன. இந்த இரண்டும் ஐரோப்பாவிற்கு தேவையான அனைத்தையும் கிடைக்கவிடாமல் தடுக்க வாய்ப்புள்ளது. ஐரோப்பா இயங்க தேவைப்படும் எண்ணெய் வளம் அனைத்தும் சூயஸ் கால்வாய் வழியாக மத்திய தரைக்கடல் பகுதியினூடே சென்று கிரீஸ், இத்தாலி, தெற்கு ஸ்பெயின், ஃபிரான்ஸ் போன்ற நாடுகளுக்குச் செல்கிறது. ஜிப்ரால்டர் ஜலசந்தி வழியாக இங்கிலாந்துக்குச் செல்கிறது. அவர்களுக்கு ஆஃப்ரிக்கா தேவை. சூயஸ் கால்வாயை அணுக வேண்டிய தேவை அவர்களுக்கு உள்ளது. அதிபர் நாஸர் சூயஸ் கால்வாயை எகிப்தின் தேசிய உடைமையாக்கிய போது, ஐரோப்பா செத்து விட்டது என்றே சொல்லலாம். சாவு பயத்தை அவர்களுக்கு காட்டியது. ஏன்? ஏனெனில் எகிப்து ஆஃப்ரிக்காவில் உள்ளது. உண்மையில் எகிப்து ஆஃப்ரிக்காவிலும், ஆசியாவிலும்கூட நிலைகொண்டுள்ளது.

சூயஸ் கால்வாய் கட்டப்படுவதற்கு முன்பு, உங்களால் ஆசியாவிற்கும் ஆஃப்ரிக்காவிற்கும் வேறுபாடு பார்க்க முடியாது. எல்லாமே ஒரே பகுதியாகத்தான் இருந்தன. அதிபர் நாஸர் சூயஸ் கால்வாயை தேசியமயமாக்கிய போது, சூயஸ் கால்வாய் முதன்முறையாக ஒரு ஆஃப்ரிக்க தேசத்தின் முழு அதிகார வரம்பிற்கு வந்துவிட்டது என பொருள். அதாவது, எண்ணெய் உள்ளிட்ட வளங்களை தடையில்லாமல் பெற விரும்பிய நாடுகள், ஆஃப்ரிக்காவை அரவணைத்துக் கொள்ள வேண்டும் என்று அர்த்தம் தொனிக்கத் தொடங்கின. இது உடனடியாக ஐரோப்பாவின் பொருளாதாரத்தில் கடும் தாக்கத்தை ஏற்படுத்தியதோடு, ஐரோப்பாவின் அணுகுமுறையிலும் மாற்றத்தை ஏற்படுத்தியது.

மதத்தின் தகுதியை குறைத்திடாமல் அந்த நாடு முன்னேறிச் செல்வதை வியப்புடன் நோக்கினார் மால்கம்.

எகிப்திய அரசாங்கம், புரட்சிகர அரசாங்கம். மதத்தின் தகுதிநிலையை குறைத்திடாத, சில புரட்சிகளில் எகிப்திய புரட்சியும் ஒன்றாகும். பெரும்பாலான புரட்சிகளில்,

மதத்தின் அந்தஸ்து உடனடியாக வலியுறுத்தப்படாத போது, இறுதியில் அந்தப் புரட்சி எதையோ இழக்கிறது. எப்போதுமே இது நடக்கிறது. எகிப்திய புரட்சி, மதத்தின் தகுதிநிலையை எப்போதும் குறைத்து மதிப்பிடவே இல்லை. புதிதாக உருவாகும் தொழில் நகரங்களில் அவர்கள் முதலில் நிர்மாணிப்பது பள்ளிவாசலைத்தான். தொழுவதற்கு உரிய வசதிகள் செய்து கொடுக்கப்படுகிறது. பிறகு பள்ளிக்கூடங்களைக் கட்டுகிறார்கள், மக்கள் இலவசமாக கல்வி கற்க; பின்னர் மருத்துவமனைகளைக் கட்டுகிறார்கள். ஆன்மிக மற்றும் ஒழுக்க ரீதியாக மக்களை மதம் சமநிலைப்படுத்துவதாக அவர்கள் நம்புகிறார்கள். பின்னர் அனைவரும் சிறந்த கல்வியையும், இலவச சுகாதார சேவைகளையும் பெறுகின்றனர்.

புதிய தொழில்மயமாக்கப்பட்ட கிராமங்கள் உண்மையில் எகிப்திய புரட்சியின் பின்னணியில் உள்ள முழு நோக்கத்தையும் பிரதிபலிக்கின்றன. இது சுவாரஸ்யமானது. நான் அங்கே இரண்டு மாதங்கள் தங்கியிருந்து இதனைக் கண்டுணர்ந்தேன். இது ஒரு சமநிலைப் புரட்சி. நான் புரட்சியை விரும்புகிறேன். ஆனால் புரட்சி எப்போதும் மக்களுக்காக ஏதாவது செய்ய வேண்டும், அது அவர்களை எப்போதும் சமநிலையில் வைத்திருக்க வேண்டும். எகிப்திய மக்களை விட புரட்சிகரமான எவரையும் காண முடியாது. அவர்கள் புரட்சிகரமானவர்கள். தற்போது ஆஃப்ரிக்க கண்டத்தில் நடைபெற்று வரும் ஒவ்வொரு புரட்சியிலும் ஈடுபட்டுள்ளனர்.

அதேபோல எகிப்து பின்பற்றி வரும் அணிசேராக் கொள்கையும் மால்கமை ஈர்த்ததில் வியப்பில்லை. இரு கட்சி ஆட்சியமைப்பைக் கொண்ட அமெரிக்காவில் குடியரசுக் கட்சியும் ஜனநாயகக் கட்சியும் கறுப்பர்களை ஏமாற்றி வந்த நிலையில், இரு கட்சியினரிடமிருந்தும் சமதூரத்தில் விலகி இருக்க வேண்டுமென்பதைச் சுட்டிக்காட்ட, அணிசேராக் கொள்கையை வியந்தோதினார் மால்கம். கறுப்பர்கள் வாக்காளர் பட்டியலில் தங்களை இணைத்துக் கொள்ள வேண்டுமென வலியுறுத்திய அவர், அப்படி வாக்காளராக ஆகி விட்டதற்காகவே இரண்டில் ஒரு கட்சிக்கு வாக்களிக்க வேண்டுமென்ற அவசியம்

இல்லை என்றும், வாக்கு சக்தியை பேர சக்தியாக பயன்படுத்த வேண்டும் என அவர் விழிப்புணர்வூட்டினார்.

ஆஃப்ரிக்க கொள்கையின் நிலைப் பற்றிய என்னுடைய புரிதலை நான் உங்களுடன் பகிர்ந்து கொள்கிறேன். அவர்களுடைய சர்வதேச கொள்கை என்பது, உறுதியாக நடுநிலை வகிப்பது, அதாவது அணிசேராமை. யாரோடும் அவர்கள் இல்லை. ஆஃப்ரிக்கா, ஆஃப்ரிக்கர்களுக்கானது, ஆஃப்ரிக்கர்கள், ஆஃப்ரிக்கர்களுக்கே... சுதந்திர ஆஃப்ரிக்க நாடுகளின் கொள்கை என்பது சாராம்சத்தில், உறுதியாக நடுநிலை வகிப்பது, அணிசேராமல் இருப்பது. இதற்கான நல்ல உதாரணம் எகிப்து. மேற்கத்திய மற்றும் கிழக்கத்திய நாடுகளோடு வர்த்தகம் வைத்துள்ளது, ஆனால், எந்தப் பக்கமும் அணிசேராமல் உள்ளது. எகிப்து அதிபர் நாஸர், ரஷ்யாவிடம் அனைத்தையும் பெற்றுக் கொள்கிறார். அதேசமயம், எகிப்தில் உள்ள கம்யூனிஸ்டுகளைப் பிடித்து சிறையில் தள்ளுகிறார். கம்யூனிஸ்டுகளை அவசியம் சிறையில் அடைக்க வேண்டுமென நான் கூறவில்லை. கம்யூனிஸ்ட்டோ, முதலாளித்துவவாதியோ, சோசியலிஸ்ட்டோ, யாராக இருந்தாலும் தவறு செய்யாதவர்களை ஏன் சிறையில் அடைக்கப்போகிறார்கள்?

நடுநிலை வகிப்பதன் அர்த்தம் என்ன என்பதை ஒரு உதாரணத்தோடு விளக்குகிறேன்: நீங்கள் எங்களுக்கு உதவ விரும்பினால், உதவி செய்யுங்கள், ஆனால், நாங்கள் உங்கள் அணியில் இல்லை. எங்களுடைய வளர்ச்சிக்கு உங்களுடைய பங்களிப்புத் தேவையென்றால், அதைச் செய்யுங்கள். அதனால், நாங்கள் உங்களுடன் இருக்கிறோம் என்றோ, உங்களுக்கு எதிராக இருக்கிறோம் என்றோ பொருளல்ல. நாங்கள் நடுநிலையோடு இருக்கிறோம், நாங்கள் எங்களுக்காக இருக்கிறோம். எங்களுக்கு எது நல்லதோ, அதில் நாங்கள் ஆர்வம் காட்டுகிறோம். அதனால், நாங்கள் உங்களுக்கு எதிராக இருக்கிறோம் என்று பொருளல்ல. நாங்கள் எங்களுக்காக இருக்கிறோம்.

நாம் கற்றுக் கொள்ள வேண்டியது இதைத்தான். நடுநிலையாக இருப்பதை, அணிசேராமல் இருப்பதை நாம் கற்றுக்

கொள்ள வேண்டும். அணி சேராமையின் அறிவியலை நாம் ஆய்வு செய்து அறிந்தால், அணி சேர்வதைவிட அதிக சக்தியை அணி சேராமல் இருப்பதன் மூலம் பெற முடியும் என்பதை அறிந்து கொள்வோம். அமெரிக்காவில் நீங்கள் எந்தக் கட்சியுடனும் இணைந்திருப்பது சாத்தியமற்றது. ஏனெனில் இரண்டு கட்சிகளுமே கிரிமினல் கட்சிகள்தான். அமெரிக்காவில் தொடரும் குற்றச் சூழ்நிலைகளுக்கு இரண்டு கட்சிகளும்தான் காரணம். எனவே நீங்கள் இதில் எந்தவொரு கட்சியுடனும் உங்களை இணைத்துப் பார்க்க முடியாது.

உங்களால் என்ன செய்ய முடியும் என்பதை அவர்களுக்கு உணர்த்த வேண்டும். அதன் மூலமே அதிகாரம் - அரசியல் சக்தியைப் பெற முடியும். அரசியல் சக்தியை காட்டுவதென்பது ரவைகள் நிரப்பப்பட்ட துப்பாக்கிக்குச் சமமாகும். உங்களுக்கு பயனளிக்கும் இலக்கைக் காணும் வரை நீங்கள் சுடக் கூடாது. உங்களுக்கு வாத்து வேண்டுமென்றால், கரடியைக் கண்டவுடன் சுட்டுவிடக்கூடாது. வாத்து வரும் வரை காத்திருக்க வேண்டும். உங்களுக்கு கரடி வேண்டும் என்றால், வாத்தைக் கண்டவுடன் சுட்டுவிடக்கூடாது. கரடி வரும் வரை காத்திருக்க வேண்டும். காத்திருந்து பொறுமையாக இலக்கை நோக்கி குறிபார்த்துச் சுட வேண்டும்.

வாக்காளர் பட்டியலில் பதிவு செய்து வாக்களியுங்கள் என நம்மிடம் சொல்கிறார்கள். வாக்காளர் பட்டியலில் பதிவு செய்ய வேண்டும், ஆனால் வாக்களிக்கக்கூடாது. அதுதான் புத்திசாலித்தனம். போலியான நபருக்கு, மோசடியாளருக்கு, உங்களைச் சுரண்ட விரும்புபவர்களுக்கு நீங்கள் வாக்களிக்க நேரலாம். வாக்காளர் பட்டியலில் பதிவு செய்வது என்பது, எந்த நேரத்திலும், எந்த இடத்திலும், எந்த நிலையிலும் நமக்கு நன்மை பயக்கும் வகையில் அரசியல் நடவடிக்கையை எடுக்க தயார் நிலையில் இருப்பது என்றுதான் அர்த்தம். அப்போதுதான் நாம் மதிக்கப்பட்டு, அங்கீகரிக்கப்படும் நிலையில் இருப்போம். நீங்கள் வாக்காளர் பட்டியலில் இணைந்தவுடன், ஜனநாயகக் கட்சியுடனோ, குடியரசுக் கட்சியுடனோ இருக்க விரும்பினால், அணி சேர்கிறீர்கள் என்றே பொருள். ஒருமுறை நீங்கள் அணி சேர்ந்து விட்டால், உங்களுடைய பேர சக்தியை இழக்கிறீர்கள்.

எகிப்து நட்புறவின் தாக்கம் காரணமாகவே, அரபு நாடுகள் குறித்து கருத்து தெரிவிக்கும் போது, கம்யூனிஸம் மீதான ஒவ்வாமையை மால்கம் வெளிப்படுத்தினார். அதேசமயம், அமெரிக்காவில் சோசலிஸ்டுகளுடன் இணைந்து முதலாளித்துவத்திற்கு எதிராக கடுமையாக குரலை உயர்த்த அவர் தயங்கவில்லை.

காலனித்துவ அடிமைத்தளையிலிருந்து வெளியேறும் நாடுகள் அனைத்தும் சோசலிசத்தை நோக்கி திரும்புகின்றன. இதை ஒரு விபத்தாக நான் பார்க்கவில்லை. காலனித்துவ வல்லாதிக்க நாடுகளில் பெரும்பாலான நாடுகள் முதலாளித்துவ நாடுகளாக இருந்தன. இன்று முதலாளித்துவத்தின் கடைசி அரணாக அமெரிக்கா உள்ளது. ஒரு வெள்ளைக்காரன் முதலாளித்துவத்தை நம்புவதும், இனவெறியை நம்பாமல் இருப்பதும் சாத்தியமில்லை. இனவாதம் இல்லாமல் முதலாளித்துவம் இருக்க முடியாது. நீங்கள் ஒருவரைக் கண்டுபிடித்து, அவருடன் உரையாடும் போது, அவரிடம் இனவெறி இல்லை என்பதை உங்களால் உறுதிப்படுத்த முடிந்தால், அவரின் தத்துவம் சோசலிசமாகத்தான் இருக்கும்.

இஸ்லாத்தை ஆழ்ந்து கற்ற மால்கம், அமெரிக்க கறுப்பர்களின் இறையியல் விடுதலைக்கான ஒரே மதமாக இஸ்லாத்தை மட்டுமே அடையாளம் காட்டினார். கறுப்பர்களை அமிழ்த்தி வைத்திருந்த அடிமைத்தளையிலிருந்தும், 'அடிமையாக இருத்தலே சிறந்தது' என ஆழ் மனதில் ஊறிப் போயிருந்த சிந்தனையிலிருந்தும் கறுப்பர்களுக்கு விடுதலை அளிக்கும் ஒரே மதம் இஸ்லாம்தான் என்பதில் மால்கம் உறுதியாக இருந்தார்.

அமெரிக்க கறுப்பர்களின் விடுதலையை – வெள்ளையர்களுக்கு இணையாக அனைத்து உரிமைகளையும் பெறும் போராட்டத்தை – விரைவுபடுத்த, கிறிஸ்தவர்களோடு இணைந்து செயல்பட, தான் பின்பற்றிய இஸ்லாம் மார்க்கம் தடையாக இருந்து விடக்கூடாது என்பதில் மால்கம் கண்ணும் கருத்துமாக இருந்தார். அமெரிக்க அளவில், அரசியல் என்று வரும் போது, அதனை மதத்தோடு கலப்பதை அவர் விரும்பவில்லை என்றே தெரிகிறது.

தொழுகை, நோன்பு போன்ற இஸ்லாமிய ஆன்மிக வழிபாடுகளை ஒரே விதிமுறைகளைப் பின்பற்றி, பல்வேறு நாடுகளில்

உள்ள முஸ்லிம்கள் ஒழுகுவதில் உடன்பாடு கண்ட மால்கம், அரசியல் என்பதை புவியியல் சார்ந்து அணுக வேண்டும் என்ற அனுபவத்தை தன்னுடைய விரிவான வெளிநாட்டுப் பயணங்களுக்குப் பின்பு பெற்றுக் கொண்டார். இதனை அவருடைய டைரிக் குறிப்புகளிலிருந்து அறிய முடிகிறது.

ஆஃப்ரிக்க தேசங்கள் தங்களுக்கு இடையிலான கருத்து வேறுபாடுகளைக் களைந்து, காலனி ஆதிக்க நாடுகளுக்கு எதிராக ஒன்றிணைந்து, விடுதலையடைந்த தங்கள் பகுதிகளை வளப்படுத்தி வலுவடையச் செய்து வரும் தருணத்தில், அங்கு வசிக்கும் முஸ்லிம்கள் கல்விக்கு முக்கியத்துவம் அளிக்க வேண்டும் என்று கேட்டுக் கொண்டார். அதேசமயம் ஆஃப்ரிக்க தேசங்களில் ஒன்றான எகிப்து பற்றிய தன்னுடைய பார்வையை இன்னும் விசாலமாக்கி, அந்நாட்டின் அதிபர் நாஸர் கொண்டு வந்த புரட்சியை இஸ்லாமிய புரட்சி என்றே வர்ணித்தார். மதத்தை பிரதானமாகக் கொண்ட அந்தப் புரட்சியை வியந்து பாராட்டினார். அந்நாட்டின் அணிசேராக் கொள்கையை, முன்மாதிரி அரசியல் வியூகமாக மால்கம் அவதானித்தார்.

மறுபுறம் இஸ்லாத்தின் புனிதத் தலங்களில் ஒன்றான சவூதி அரேபியா குறித்து, இஸ்லாம் மதப் பரவலுக்கான முயற்சியை தீவிரப்படுத்துவதில் அந்நாடு அதிக அக்கறை எடுத்துக் கொள்ள வேண்டும் என்ற கருத்தைக் கொண்டிருந்தார் மால்கம்.

அமெரிக்காவில் சிறுபான்மை சமூகமாக முஸ்லிம்கள் வாழும் சூழலில், கறுப்பர்களுக்கான விடுதலையை நோக்கிய பயணத்தில் இஸ்லாத்தை அரசியல் ஆயுதமாக அவர் பயன்படுத்த விரும்பவில்லை என்றே அறிய முடிகிறது. கிறிஸ்தவத்தைப் பின்பற்றும் கறுப்பர்களின் விடுதலைக்கும் சேர்த்தே அவர் போராடியதால், மதத்தைத் தாண்டி அனைத்து ஒடுக்கப்பட்டவர்களையும் ஓரணியில் இணைப்பதற்கான முயற்சியில், மதம் ஒரு தடைக்கல்லாக அமைந்து விடக்கூடாது என்பதில் மால்கம் கவனமாக இருந்தார்.

அமெரிக்க கறுப்பர்களின் விடுதலைப் போராட்டத்தில் அகிம்சைப் பாதையை மட்டும்தான் மால்கம் விரும்பவில்லை. அதேசமயம் மார்ட்டின் லூதர் கிங்கின் போராட்டங்களுக்கு வெள்ளையர்கள் செவிசாய்க்க வேண்டுமென்று அவர் கேட்டுக்

கொள்ளும் அளவுக்கு, அந்தப் பாதையிலும் அவர் இறங்கி வந்தார். ஆன்மிகமாக இஸ்லாம் விடுதலையைத் தந்தது போல, அரசியலாக சோசலிசம் வாயிலாகவோ அல்லது வேறு எந்த வகையிலோ அமெரிக்க கறுப்பர்களுக்கு உடனடியாக விடுதலை வேண்டும்; கறுப்பர்களை மனிதர்களாக அங்கீகரித்து அவன் மேல் சுமத்தப்பட்ட அனைத்து அவலங்களிலிருந்தும் அவனுக்கு விடுதலை வேண்டும்; அவசியப்படும் எந்த வழிமுறைகளிலாவது (by any means necessary) இதனை அடைவதற்கு மால்கம் தயாராக இருந்தார்.

இரண்டு கட்சி ஆட்சி முறையைக் கொண்ட அமெரிக்க அரசியல் அமைப்பில் வாக்கு பேரத்தின் வழியாக, கறுப்பர்களின் உரிமைகளை நிலைநிறுத்திக் கொள்ள முடியும் என மால்கம் அசைக்க முடியாத நம்பிக்கையை வைத்தார். இந்தப் பாதையில், குடியுரிமை அமைப்புகளை அவர் ஒருங்கிணைத்தார். இந்தப் பயணத்தில் அமெரிக்காவைத் தாண்டி சர்வதேச அளவிலும் மால்கமின் செல்வாக்கு அதிகரித்தது. அமெரிக்காவிலும் இரண்டு கட்சிகளையும் விரும்பாத மக்களின் ஆதரவைப் பெற்று அரசியல் களத்திலும் சக்தி வாய்ந்த நபராக அவர் உருவெடுத்து வந்தார். இதே வேகத்தில் சென்றிருந்தால், அவர் தலைமையிலோ அல்லது ஒரு கூட்டணியாகவோ அமெரிக்காவில் மூன்றாவது அரசியல் கட்சியை வெற்றிகரமாக முன்னெடுத்திருக்க முடியும். இப்போது வரை அமெரிக்க குடிமக்கள் மூன்றாவது கட்சியை விரும்புவதில்லை. ஆனால், காத்திரமான திட்டங்களுடன் மால்கம் போன்ற ஆளுமைகளைக் கொண்டிருக்கும் ஒரு கட்சியை மக்கள் விரும்பி ஏற்று, அந்தக் கட்சி வேர் பிடித்து வளர்ந்திருக்க வாய்ப்புண்டு. இஸ்லாம் மற்றும் சோசலிசம் மீது தீராத காதலும், முதலாளித்துவம் மீது தீராத கோபமும் கொண்ட மால்கம் போன்ற ஒருவரின் தலைமையில், இவ்வளவு தூரமெல்லாம் நடப்பதற்கு விடுமா இனத்துவப் பார்வையைக் கொண்ட முதலாளித்துவ அமைப்பு?

●